മിനാരം

minaram
stories

•

abu iringattiri

•

first edition
march 2020

•

typesetting & published
chintha publishers, thiruvananthapuram

•

•

cover cover painting
ratheesh vincent

•

Distribution
DESHABHIMANI BOOK HOUSE
H O Thiruvananthapuram 695035
phone: 0471-2303026, 6063026
Email: chinthapublishers@gmail.com
Website: www.chinthapublishers.com

Branch
Head Office Kunnukuzhi • Statue Thiruvananthapuram • KSRTC Bus
Station Alappuzha • KSRTC Bus Station Ernakulam • Machingal Lane
Thrissur • IG Road Kozhikode • Mavoor Road Kozhikode • NGO Union
Building Kannur • Central Bus Terminal Complex Thavakkara Kannur

---

CO - 2928/5245
ISBN -978-93-89410-87-7

മിനാരം

(പുരോഹിതന്മാർ മുഖ്യപ്രമേയമായി വരുന്ന
കഥകൾ)

അബു ഇരിങ്ങാട്ടിരി

ചിന്ത പബ്ലിഷേഴ്സ്
തിരുവനന്തപുരം-695 035

അബു ഇരിങ്ങാട്ടിരി

മലപ്പുറം ജില്ലയിലെ കരുവാരക്കുണ്ട് പഞ്ചായത്തിലെ ഇരിങ്ങാട്ടി രിയിൽ ജനനം. മുഴുവൻ പേര്: അബൂബക്കർ കാവിൽക്കുത്ത്. പിതാവ്: കാവിൽക്കുത്ത് മുഹമ്മദ് ഹാജി. മാതാവ്: വാക്കാട്ടുകുഴിയൻ ഫാത്തിമ ഹജ്ജുമ്മ. ഇരിങ്ങാട്ടിരി എ എം എൽ പി സ്കൂൾ, മേലാറ്റൂർ ആർ എം ഹൈസ്കൂൾ, മണ്ണാർക്കാട് എം ഇ എസ് കല്ലടി കോളേജ്, കേരള മീഡിയ അക്കാദമി കൊച്ചി എന്നിവിടങ്ങളിൽ വിദ്യാഭ്യാസം. വാണിജ്യശാസ്ത്ര ത്തിൽ ബിരുദവും ജേർണലിസം ആന്റ് മാസ്സ് കമ്യൂണിക്കേഷനിൽ പോസ്റ്റ് ഗ്രാജുവേറ്റ് ഡിപ്ലോമയും.

പഠനത്തിനുശേഷം കുറച്ചുകാലം പാരലൽ കോളേജ് അദ്ധ്യാപക നായി ജോലി ചെയ്തു. 1987 മുതൽ 1993 വരെ കോഴിക്കോട്ട് *മാധ്യമം* ദിനപത്രത്തിൽ സബ് എഡിറ്റർ. 1993 മുതൽ 2018 വരെ സൗദി അറേ ബ്യയിലെ ജിദ്ദയിൽ. ചുറ്റുവട്ടം, അക്കരെയിക്കരെ എന്നീ കോളങ്ങൾ യഥാക്രമം *മാധ്യമം* ദിനപത്രത്തിലും സൗദി അറേബ്യയിൽ നിന്നിറങ്ങുന്ന *മലയാളം ന്യൂസി*ലും ചെയ്തിരുന്നു. ഇപ്പോൾ 'സർഗധാര' എന്ന പേരിൽ സത്യധാര ദൈവാരികയിൽ കോളം ചെയ്യുന്നു.

കൃതികൾ: സൂര്യൻ ഒരു ചാൺ അകലെ, അവയവങ്ങൾ, സുലൈ ഖാ സ്വയംവരം, ഉച്ചവെയിലിന്റെ ഉന്മാദം, വവ്വാലുകളുടെ വഴികൾ, അലി വുമരം, ഇരിങ്ങാട്ടിരിയും ചില ചെറിയ കഥകളും, പങ്കുവെക്കാൻ പറ്റാത്ത ചില ദൃശ്യങ്ങൾ, തെരഞ്ഞെടുത്ത കഥകൾ, ചേറുമ്പിലെ കാക്കകൾ, മി നാരം (കഥകൾ), സുഗന്ധപ്പുകയും സ്വർണ്ണത്തേരും, തമ്പ്രാൻ ഖലീ ഫ, വെയിൽ ചായും നേരം (നോവലെറ്റുകൾ), ദൃഷ്ടാന്തങ്ങൾ (നോ വൽ). ലോ വോൾട്ടേജിൽ ഒരു ബൾബ് (ലേഖനങ്ങൾ).

ഏറനാടൻ ഭാഷയ്ക്കും സംസ്കാരത്തിനും നല്കിയ സംഭാവന കളെ മാനിച്ച് മഹാകവി മോയിൻകുട്ടി വൈദ്യർ അക്കാദമി ഏർപ്പെടു ത്തിയ പുലിക്കോട്ടിൽ ഹൈദർ പുരസ്കാരം, അങ്കണം മിഡിൽ ഈസ്റ്റ് പ്രവാസി പുരസ്കാരം, ഖമീഷ് മുഷൈയ്ത്ത് സംസ്കൃതി സാഹിത്യ പുരസ്കാരം, ജിദ്ദ അരങ്ങ് അവാർഡ്, വോയ്സ് ഓഫ് ഇന്ത്യ അവാർഡ് എന്നിവ ലഭിച്ചിട്ടുണ്ട്.

ഭാര്യ   : കെ പി റഹ്മ.
മക്കൾ   : അജ്മൽ റിക്കാബ്, അമൽ റിക്കാബ്,
             റസൽ റിക്കാബ്.
വിലാസം   : കാവിൽക്കുത്ത് വീട്, പി ഒ ഇരിങ്ങാട്ടിരി
             കരുവാരക്കുണ്ട്, മലപ്പുറം ജില്ല. പിൻ: 676523.
ഫോൺ   : 9946003490, 6567637392
Email   : abuiri@gmail.com

ഉള്ളടക്കം

പ്രസാധകക്കുറിപ്പ്

മലയാള ചെറുകഥയിലെ വേറിട്ടൊരു ശബ്ദമാണ് അബു ഇരിങ്ങാട്ടിരിയുടേത്. പുരോഹിതന്മാർ മുഖ്യപ്രമേയമായി വരുന്ന കഥകളുടെ സമാഹാരമാണിത്. പുരോഹിതന്മാർ പരമ്പരാഗത വിജ്ഞാനത്തിന്റെ വാഹകരും പ്രചാരകരു മാണ്. അതിനാൽത്തന്നെ പുതിയ കാലത്തോടും ചിന്തക ളോടും സമരസപ്പെടാൻ അവർക്ക് സമയം വേണ്ടിവരും. പഴമയ്ക്കും പുതുമയ്ക്കും ഇടയിലുള്ള ഇരുണ്ട ഭൂഖണ്ഡ ങ്ങളാണ് മിക്കമതങ്ങളിലേയും പുരോഹിതർ. അവർ അധീ ശത്ത പൊതുബോധത്തിന്റെ വ്യാഖ്യാതാക്കളാണ്. അതോ ടൊപ്പം തന്നെ മനുഷ്യ പ്രത്യാശയുടെ അടയാളങ്ങളുമാ ണവർ. മുസ്ലീം വിശ്വാസ പരിസരത്തുള്ളവർ വേണ്ടവിധം അറിയാതെപോകുന്ന പുരോഹിതന്മാരുടെ ഇടപെടലുകൾ നർമ്മബോധം കൈവിടാതെ അവതരിപ്പിക്കുകയാണ് അബു ഇരിങ്ങാട്ടിരി ഈ പുസ്തകത്തിൽ.

ചിന്ത പബ്ലിഷേഴ്സ്

സന്മാർഗ്ഗം കാണിക്കാൻ
ഒരു ലക്ഷത്തി ഇരുപത്തിനാലായിരം പേർ..

അവർ പ്രസരിപ്പിച്ച വെളിച്ചം
ഭൂലോകമാകെ പരത്താൻ മുന്നൂറ്റിപ്പതിനഞ്ചു പേർ...

എന്നിട്ടും,
തിന്മയുടെ പടവുകളിൽത്തന്നെ
ഇപ്പോഴും ആൾക്കൂട്ടം.

നന്മതിന്മകളുടെ കഥ ഇങ്ങനെയായിരിക്കെ,
ഒരു കഥയെഴുതി
മനുഷ്യരെ നന്നാക്കിയെടുക്കാൻ പറ്റുമെന്ന്
ഞാൻ കരുതുന്നില്ല.

എങ്കിലും,
നന്മയുടെ വെളിച്ചക്കീറുകൾ
പരത്തുന്നവരുടെ കൂട്ടത്തിലാണ്
എഴുത്തുകാരെന്ന് വിശ്വസിക്കുന്നു.

അതിനാൽ,
വായിക്കുക...
നിന്റെ നാഥന്റെ നാമത്തിൽ...
പേനകൊണ്ട് എഴുതാൻ പഠിപ്പിച്ച അവൻ
അത്യുദാരനത്രെ...

ഇഹപര ജീവിതങ്ങൾ

കേട്ടെഴുത്ത് വലിയ ദുരന്തമാണ്. ഒരാളുടെ ജീവിതത്തിലുണ്ടായ ചില പ്രധാനപ്പെട്ട സംഗതികൾ അയാളെയും അതിൽ പ്രത്യക്ഷ പ്പെടുന്ന ജീവിച്ചിരിക്കുന്നവരും മരിച്ചു പോയവരുമായ കഥാപാ ത്രങ്ങളെയും വിഷമിപ്പിക്കാത്ത രീതിയിൽ അവതരിപ്പിക്കുന്നതോ ടൊപ്പം നല്ലൊരു വായനാനുഭവവും കൂടിയാവണം. അതുകൊ ണ്ടുതന്നെ, വാൾട്ടാമ്പാറ പോക്കർ മുസ്ല്യാരുടെ ജീവിതകഥയിൽ കേട്ടെഴുത്തുകാരനും നോവലിസ്റ്റും കഥാകൃത്തുമായ അബു ഇരിങ്ങാട്ടിരി വലിയ ഇടപെടലുകളൊന്നും നടത്തിയിട്ടില്ല. അദ്ദേഹം എഴുതിക്കൊണ്ടിരിക്കുന്ന മുസ്ല്യാരുടെ ആത്മകഥയിൽനിന്നും ഏറ്റവും പ്രധാനപ്പെട്ട ചില സംഭവബഹുലമായ ഭാഗങ്ങളാണിവി ടെ ഞങ്ങൾ അവതരിപ്പിക്കുന്നത്. എഴുത്തുകാരനും പ്രഗത്ഭ വാഗ്മിയും ഒന്നാന്തരം സംഘാടകനുമായി മതരംഗത്തേക്ക് കട ന്നുവന്ന പോക്കർ മുസ്ല്യാർ ഇന്ന് അറിയപ്പെടുന്ന നേതാവും ലോകമറിയുന്ന പണ്ഡിതവര്യനുമാണ്. താൻ ഈ നിലയിലെത്തി യത് പുച്ചക്കാട്ടിൽ അസൈനാരു മുസ്ല്യാരെ പിൻപറ്റിയതുകൊണ്ടു മാത്രമാണെന്ന് അദ്ദേഹം അവകാശപ്പെടുന്നു. അദ്ദേഹത്തെ പിൻ പറ്റാനുണ്ടായ കാരണങ്ങൾ വിവരിക്കുന്നതോടൊപ്പം മലബാർ മുസ്ലിംകളുടെ മത-സാംസ്കാരിക ബോധത്തിന്റെ ചില വർണ്ണ ചിത്രങ്ങൾ കൂടി അവതരിപ്പിക്കുകയാണ് ഉസ്താദ് വാൾട്ടാമ്പാറ പോക്കർ മുസ്ല്യാർ-പത്രാധിപർ.

ഏതൊരാൾക്കും ജീവിതം ഒന്നേയുള്ളൂ. പുരോഹിതനായാലും രാഷ്ട്രീയക്കാരനായാലും സാംസ്കാരിക നായകനോ എഴുത്തുകാരനോ ആരായാലും. അത് പലരീതിയിൽ പലരൂപത്തിലാണ് ഓരോരുത്തരേയും

ആശ്ലേഷിക്കുക. അതിനർത്ഥം നിങ്ങളെപ്പോലെ എനിക്കും ഒരു ജീവിത മുണ്ടെന്നാണ്. എന്നാൽ നമ്മുടെയൊക്കെ ജീവിതത്തിന് ആരും അത്ര യൊന്നും വില കല്പിക്കുന്നില്ലല്ലോ? അതുകൊണ്ടുതന്നെ സാധാരണ ക്കാരായ നമുക്കൊന്നും ഒരു ആത്മകഥപോലുമുണ്ടാവുന്നില്ല. അങ്ങനെ ഒരു ആത്മകഥ എഴുതിയാൽത്തന്നെ അത് പ്രസിദ്ധീകരിക്കാനോ വായി ക്കാനോ ആരുമുണ്ടാവില്ല. ചുരുക്കത്തിൽ താനനുഭവിച്ച ജീവിതദുഃഖ ങ്ങളും സന്തോഷങ്ങളും പ്രതിസന്ധികളും ചെറിയ രൂപത്തിലെങ്കിലും എഴുതാനോ, പറയാനോ സാധിക്കാതെ എത്രയോ പാവങ്ങൾ ഇതിനകം മണ്ണടിഞ്ഞുപോയി. ഈ കാലത്താവട്ടെ, നേതാക്കന്മാരുടേയും എഴുത്തു കാരുടേയുമൊക്കെ ആത്മകഥയേക്കാൾ വിറ്റു പോകുന്നത് സാധാരണ ക്കാരുടെ കഥകളാണെന്നു കേൾക്കുന്നു. എന്തായാലും അതിനു തുട ക്കമിട്ട ആ പെണ്ണില്ലേ... ഓളാണൊരു ആങ്കുട്ടി. ഓളെ സ്മരിച്ചുകൊണ്ട് ഒരു പാവം മുസ്ല്യാരായ എന്റെ ജീവിതകഥയിലെ പ്രധാനപ്പെട്ട ചില സ ന്ദൃങ്ങൾ നിങ്ങൾക്കായി തുറന്നെഴുതുകയാണ്. പത്രാധിപരുടെ നിരന്ത രസമ്മർദവും അല്പം പ്രശസ്തിയും പണവും മോഹിച്ചാണിതെഴുതു ന്നതെന്ന് ഒരു പക്ഷേ, ശത്രുക്കൾ പറഞ്ഞേക്കാം. ഞാനതൊന്നും അ ത്ര വലിയ കാര്യമാക്കുന്നില്ല. നിങ്ങളും അങ്ങനെയൊക്കെയേ ചിന്തി ക്കൂ എന്ന ഉറച്ച വിശ്വാസത്തോടെ തുടങ്ങാം...

ആയിരത്തിതൊള്ളായിരത്തി അൻപത്തിരണ്ടിലാണ് ഞാൻ ഈ ലോകത്ത് ഭുജാതനായത്. ഞാൻ പെറ്റുവീണപ്പോൾ മുറ്റത്ത് പടർന്ന് പന്തലിച്ചു നിന്നിരുന്ന കോമുച്ചി എന്നു ഞങ്ങൾ വിളിച്ചിരുന്ന വലിയൊരു മാവ് തലകുത്തി വീഴുകയും ശക്തമായ കാറ്റും ഇടിമിന്നലും പേമാരിയും ഉണ്ടാവുകയും ചെയ്തിരുന്നുവത്രെ. ഞങ്ങളുടെ ഓലപ്പുരയ്ക്ക് ചെറിയ ചില കേടുപാടുകൾ സംഭവിച്ചെങ്കിലും ഉമ്മായ്ക്കും ഉപ്പായ്ക്കും മറ്റു എട്ടുപേർക്കും യാതൊന്നും സംഭവിച്ചില്ല. പെറ്റു വീണ കുട്ടിയുടെ നസീ ബാണിതിനു കാരണമെന്ന് അന്നത്തെ മഹല്ലു ഖാദി കുഞ്ഞിപ്പോക്കു മുസ്ല്യാർ ഉപ്പയോടു പറഞ്ഞിരുന്നു. ഉപ്പയാവട്ടെ, മുസ്ല്യാരെന്തു പറഞ്ഞാ ലും അതു തന്നെയാണ് സത്യം എന്ന ഉറച്ച വിശ്വാസക്കാരനുമായിരു ന്നു. രാപ്രസംഗത്തിലൂടെ നേടിയ അറിവുകളായിരുന്നു എന്റെ വീട്ടുകാർ ക്കുണ്ടായിരുന്നത്. അതുകൊണ്ടുതന്നെ, ഞാൻ കുട്ടിയായിരുന്നപ്പോഴൊ ക്കെ മതകാര്യങ്ങളിലെ കർക്കശ രീതികൊണ്ട് വല്ലാതെ പൊറുതിമുട്ടി യിരുന്നു.

"ഉവ്വ്. എനിക്ക് ചെറുപ്പത്തിലെ കാര്യങ്ങളൊക്കെ നല്ല ഓർമ്മയുണ്ട്."
പതിനഞ്ചാം വയസ്സിൽ അയൽക്കാരി ഹഫ്സത്തിന്റെ പാഠപുസ്ത കങ്ങൾകൊണ്ടും എന്റെ ബുദ്ധിയും തന്ത്രങ്ങൾ കൊണ്ടുമാണ് ഞാൻ പത്താന്തരം പാസായത്. അന്ന് ഞാനനുഭവിച്ച സന്തോഷം പിന്നീട് ഈ ജീവിതത്തിലുണ്ടായ ഒരു വിജയത്തിനും കിട്ടിയിട്ടില്ല എന്ന സത്യം തുറന്നു പറയാൻ എനിക്ക് മടിയൊന്നുമില്ല. പക്ഷേ, അന്നത്തെ ആ സന്തോഷം വളരെപ്പെട്ടെന്നുതന്നെ ആറിത്തണുക്കുകയാണുണ്ടായത്.

രാത്രിയിൽ ഉപ്പ സ്നേഹത്തോടെ എന്നെ വിളിച്ചു പറഞ്ഞു: "മോനേ... ഇപ്പാന്റെ മാനുട്ട്യേ... അന്റെ ഇഹപരജീവിത വിജയത്തിന് നീ ആരെ യെങ്കിലും പിൻപറ്റിയേ മതിയാവൂ. ഞാൻ പിൻപറ്റിയത് അന്റെ വല്ലിപ്പ കുഞ്ഞിത്തേനുനെയാണ്. അനക്ക് ഓലെ കാണാനും അറ്യാനും ഭാഗ്യം കിട്ടീലല്ലോ. അതോണ്ട് പറയാണ്.. ഇപ്പാന്റുട്ടി ഞമ്മളെ ഇപ്പത്തെ ഖാ ദ്യാർ കുഞ്ഞിപ്പോക്കു മുസ്ല്യാരെ മാതൃകയാക്കി, പിൻപറ്റി ജീവിക്കണം. ഇന്നാലേ ഇനിയുള്ള കാലം അനക്ക് ഇഹത്തിലും പരത്തിലും വിജയി ക്കാൻ പറ്റൂ. മൂപ്പരെപ്പോലെത്തൊരു പണ്ഡിതനെ ഞാനിന്നുവരെ വേറെ കണ്ടിട്ടില്ല.."

കുഞ്ഞിപ്പോക്കു മുസ്ല്യാർ ഞങ്ങളുടെ മഹല്ലു ഖാദിയും അറിയ പ്പെടുന്ന പണ്ഡിതനും ആത്മീയ നേതാവും വാഗ്മിയും എഴുത്തുകാര നുമായിരുന്നു. ആയതിനാൽ അദ്ദേഹത്തെ പിൻപറ്റി ജീവിക്കുന്നതിൽ എനിക്ക് വല്ലാത്ത അഭിമാനമാണ് തോന്നിയത്. ആരെയും വശീകരിക്കുന്ന വിനയം കലർന്ന പെരുമാറ്റം, ഇമ്പമാർന്ന ശബ്ദം, മിത ഭാഷണം, പരന്ന വായന, സ്നേഹം, ത്യാഗസന്നദ്ധത, എല്ലാവരിലും നന്മ കണ്ടെത്തൽ എന്നുവേണ്ട, ചരിത്രാതീത കാലം തൊട്ടേ മനുഷ്യർ നന്മ എന്നു പേരിട്ടു വിളിച്ചിരുന്ന സകല ഗുണങ്ങളുമുള്ള ഒരാൾ. മതകാര്യങ്ങളിൽ ഒരു നീക്കു പോക്കിനും ആരുമായും തയ്യാറാവാത്തവൻ. പ്രശസ്തി തീരെ ഇഷ്ട പ്പെടാത്ത ശുദ്ധപണ്ഡിതൻ. സ്തുതിപാഠകർക്കു നേരെ മനസ്സുകൊണ്ട് തുപ്പുന്നവർ.

ഇപ്പറയപ്പെട്ട ഗുണങ്ങളൊക്കെയുമുള്ള ഒരാളെ പിൻപറ്റി ജീവിക്കുക എന്നത് കൗമാരപ്രായക്കാരനായ എന്നെ സംബന്ധിച്ചിടത്തോളം ഏറെ വിഷമം പിടിച്ചതും കടുത്ത പരീക്ഷണങ്ങൾ നിറഞ്ഞതുമായിരുന്നു. എന്നിട്ടും ഇഹപരജീവിതം ധന്യമാവുമല്ലോ എന്ന ഒരൊറ്റ ചിന്തകൊണ്ടു മാത്രം ഞാനദ്ദേഹത്തെ അനുകരിച്ച് കൗമാര-യൗവനങ്ങൾ ജീവിച്ചു തീർത്തു. നേരു പറയാലോ – അതിലെനിക്കിന്നും അഭിമാനമേയുള്ളൂ. ചുരുക്കത്തിൽ എന്റെ നീണ്ട മതപഠന കാലത്തുതന്നെ കുഞ്ഞിപ്പോക്കു മുസ്ല്യാരുടെ പിൻഗാമി എന്ന വിശിഷ്ട വിശേഷണംപോലും എനിക്കു കിട്ടിയിരുന്നു. അതിൽ ഞാനും മുസ്ല്യാരും ഉള്ളാലെ സന്തോഷിക്കുകയും ചെയ്തിരുന്നു കേട്ടോ. അതുകൊണ്ടു കൂടിയായിരിക്കാം പഠനം കഴി ഞ്ഞതും തൊട്ടടുത്ത ഒരു മഹല്ലിൽ ഇമാമും ഖത്തീബുമായി എന്നെ നി യമിച്ച് അദ്ദേഹം എനിക്കൊരു ജോലി വാങ്ങിത്തന്നതും.

പറഞ്ഞിട്ടെന്ത്? മറ്റു മേഖലകളിലെന്നപോലെത്തന്നെ, മതമേഖല യിലും സത്യസന്ധതകൊണ്ടും ആത്മാർത്ഥതകൊണ്ടും ദൈവഭയം കൊണ്ടും ഒരിക്കലും ഇഹലോകജീവിതം മെച്ചപ്പെടുത്തിക്കൊണ്ടു പോകാൻ കഴിയുമായിരുന്നില്ല. പട്ടിണിയെ തോല്പിക്കാനുള്ള ശക്തി യെന്നും തന്നെ ഭക്തിക്കുണ്ടായിരുന്നില്ല. വീട്ടിലെ നിത്യച്ചെലവുകൾക്കും കുട്ടികളുടെ വിദ്യാഭ്യാസത്തിനും ആശുപത്രിച്ചെലവുകൾക്കുമൊക്കെ യായി ഒരു ഭീമൻ തുക മാസാമാസം വേണ്ടിയിരുന്നു. ഭാര്യ കുഞ്ഞാത്തു

വാകട്ടെ, ഒരു ദയയും കാണിക്കാതെ വർഷം തോറും പുതിയ ഓരോ കുഞ്ഞുങ്ങളെ സമ്മാനിച്ചുകൊണ്ട് പട്ടിണിക്ക് ആക്കം കൂട്ടുകയും ചെയ്തു.

ഇക്കാലത്താണ് ഞങ്ങളുടെ ഗ്രാമത്തിൽ വലിയൊരു ഉരുൾപൊ ട്ടലുണ്ടായത്. ആ ദുരന്തം ഗ്രാമത്തേയും സമുദായത്തേയും ഒരേ സമ യം വിഴുങ്ങി. വീടും സ്വത്തും നഷ്ടപ്പെട്ടവരെ സഹായിക്കാനായി രാഷ് ട്രീയപ്പാർട്ടികൾ രംഗത്തെത്തിയെങ്കിലും അവരുടെ മൗനാനുവാദത്തോ ടെ കുഞ്ഞിപ്പോക്കു മുസ്ല്യാരുടേയും അദ്ദേഹത്തിന്റെ ആത്മസുഹൃത്ത് അസൈനാരു മുസ്ല്യാരുടേയും നേതൃത്വത്തിൽ രണ്ടു ചേരിയായി സേ വനസംഘം മാറുകയാണുണ്ടായത്. രാഷ്ട്രീയവും പണവും അധി കാരവും സ്ഥാനമാനങ്ങളും തന്നെയായിരുന്നു അന്നും മുഖ്യവിഷയം. അതോടെ, ഏതു ചേരിയിൽ നില്ക്കണമെന്നറിയാതെ ഞങ്ങൾ മുസ്ല്യാക്ക ന്മാർ പരക്കം പാഞ്ഞു. എവിടെയാണ് രക്ഷയുടെ തുരുത്തെന്നറിയാതെ പകച്ചു. അവസാനം നല്ല ഒന്നാന്തരം പുതിലുള്ള, വളക്കുറുള്ള മണ്ണൊ ഴിവാക്കി, വരണ്ടു പൊളിഞ്ഞ ഒരിടത്ത് നില്ക്കേണ്ടിവന്നു എനിക്ക്. കാരണം ഉസ്താദ് കുഞ്ഞിപ്പോക്കു മുസ്ല്യാരു തന്നെ. എന്റെ കുറേ സുഹൃത്തുക്കൾ അസൈനാരു മുസ്ല്യാരുടെ കൂടെ ഓടിപ്പോവുകയും രക്ഷപ്പെടുകയും ചെയ്തു. അപ്പോഴേക്കും അസൈനാരു മുസ്ല്യാർ കേര ളമാകെ പടർന്നു പന്തലിച്ച വലിയൊരു സേവനപ്രസ്ഥാനമായി മാറി ക്കഴിഞ്ഞിരുന്നു. ഊർജ്ജസ്വലനായ ഒന്നാന്തരമൊരു നേതാവുതന്നെ യായി മാറി. അതുകൊണ്ടുതന്നെ, അങ്ങേരുടെ കൂടെപ്പോയവർ മുസ്ല്യാ ക്കന്മാരായിക്കൊണ്ടു തന്നെ ആഭർഭാടത്തോടെ സുഖിച്ചു ജീവിക്കാൻ തുടങ്ങി. ഞങ്ങൾ, അപ്പോഴും അലച്ചഭാവങ്ങളുമായി നടക്കുന്ന വെറും സാധാരണക്കാരായ മുസ്ല്യാക്കന്മാരു തന്നെ...

ആ സന്ദർഭത്തിലാണ്, എന്റെ ജീവിതത്തിലേക്ക് മറ്റൊരു ദുരന്ത വുമായി രണ്ട് അന്വേഷണങ്ങൾ വന്നത്. ഒരു വയസ്സിന്റെ ഇളപ്പമുണ്ടെ ങ്കിലും "ഇജ്ജോ ഞാനോ" എന്ന നിലയിൽ മത്സരിച്ച് വളരുകയായി രുന്ന മൂത്ത മകൾ സഹ്ല, അവളുടെ അനിയത്തി കുഞ്ഞാൽ എന്നു വി ളിക്കുന്ന റഷീദ എന്നിവർക്ക് വന്ന വിവാഹാലോചനകളായിരുന്നു അത്. പുത്യാപ്ലമാർ രണ്ടു പേരും മുസ്ല്യാക്കന്മാരു കുട്ടികൾ തന്നെയായിരുന്നു. പറഞ്ഞിട്ടെന്ത്, അവർക്കും വേണം പണ്ടവും പണവും. മുപ്പതു പവനും അൻപതിനായിരം രൂപയും. ചുരുക്കത്തിൽ രണ്ടുലക്ഷം രൂപ റൊക്ക മായി വേണം അവരെ മാനം മര്യാദയ്ക്ക് കെട്ടിച്ചു വിടാൻ. അന്നത്തെ ക്കാലത്തൊക്കെ ഒരു ലക്ഷം എന്നുപറഞ്ഞാൽ ഇന്നത്തെക്കാലത്തെ പ ത്തു ലക്ഷമാണെന്നോർക്കണം. സത്യത്തിൽ അന്നാണ് എന്റെ കണ്ണു തള്ളിയത്. എങ്കിലും അല്ലാഹുവിന്റെ കടുത്ത പരീക്ഷണത്തെ നേരിടുക എന്നതാണല്ലോ ഏതൊരു മുസ്ലിമിന്റേയും കടമ എന്ന കാര്യമോർത്ത് ഞാനെന്റെ പിടയുന്ന മനസ്സിനെ കരുത്തോടെ പിടിച്ചു കെട്ടി. അവസാനം, അഭിവന്ദ്യ ഗുരുവര്യൻ പി പി കുഞ്ഞിപ്പോക്കു മുസ്ല്യാരെക്കണ്ട് സങ്കടം

ബോധിപ്പിക്കാൻ തീരുമാനിച്ചു.

അതായിരുന്നു എന്റെ ജീവിതത്തിലെ നിർണ്ണായകമായ രാത്രി. ഖുർആനിൽ പറഞ്ഞ ആയിരം മാസങ്ങളേക്കാൾ പുണ്യമുള്ള രാത്രി എന്ന പോലെത്തന്നെ പതിനായിരം രാത്രികളേക്കാൾ കഠോരവും ദുഷ് കരവുമായ ഒരു രാത്രിയായിരുന്നു അത്. വിധി നിർണ്ണായകമായ ഒരു രാത്രി. ആ രാത്രിയാണ് ഞാനെന്റെ ഇഹലോക ജീവിതദുഃഖം അഭിവ ദ്യനായ ഉസ്താദവർകളെ അറിയിച്ചത്. എന്നാൽ, നേരു പറയാമല്ലോ, ഞാൻ ആഗ്രഹിച്ചതുപോലെ അദ്ദേഹത്തിൽനിന്നും യാതൊരു അനുകൂല നിലപാടും ഉണ്ടായില്ല. പിരിവെടുത്തോ, സംഘടനാ ഫണ്ടിൽനിന്നെടു ത്തോ എന്നെ സഹായിക്കുമെന്നു കരുതിയ ഞാൻ തനി മന്തനായി. എന്നാൽ, ഒരു നല്ല കാര്യം മാത്രം അദ്ദേഹം ചെയ്തു. എനിക്കും എന്റെ കുടുംബത്തിനും വേണ്ടി ഒരിക്കൽ കൂടി മനമുരുകി പ്രാർത്ഥിച്ചു. ഇത ല്ലാതെ ഉസ്താദിന്റെ കൈയിലോ മനസ്സിലോ യാതൊന്നും ഉണ്ടായിരു ന്നില്ല. അങ്ങനെ കുഞ്ഞിപ്പൊക്കുസ്താദ് കരഞ്ഞുകൊണ്ട് എന്നോട് പറഞ്ഞു: "പോക്കരേ.. അന്റെ എല്ലാ കാര്യങ്ങളും ഓൻ ശര്യാക്കിത്തരും.. യ്യ് ഒന്നുകൊണ്ടും പേടിക്കാതിരുന്നോ.."

എനിക്ക് കരച്ചിൽ വന്നു. കാരണം, ലോകത്തുള്ള ഏതു കാര്യ ത്തിനും ചെറുതും വലുതുമാവട്ടെ, ഉസ്താദിന് പറയാനും ചെയ്യാനും ഇതു മാത്രമേ ഉണ്ടാവു എന്ന് ഞങ്ങൾക്കൊക്കെയും അറിയാമായിരുന്നു. എന്തു പറഞ്ഞാലും 'ഒക്കെ ഓൻ ശരിയാക്കിത്തരും' എന്ന് പറഞ്ഞുള്ള ഈ ഒരു ഒടുക്കത്തെ സമാധാനിപ്പിക്കൽ.. ഹോ.. ഇതെന്തു പാണ്ഡിത്യം? ഇതെന്തു തേട്ടം?

ഞാൻ ഉസ്താദിനോടുള്ള ദേഷ്യം പുറത്തു കാണിക്കാതെ നേരെ വീട്ടിലേക്ക് നടന്നു. നടക്കുമ്പോൾ ജീവിതത്തിലിതുവരെ ഉസ്താദിന്റെ ഒരു താല്പര്യത്തിനും എതിരു കാണിക്കാത്ത ഞാൻ എന്തെങ്കിലും ചെ യ്തു പോകുമോ എന്നു തോന്നി. എന്റെ മനസ്സിൽ മറുഭാഗത്തെ പല സുഹൃത്തുക്കളും സ്വർണ്ണവർണ്ണമാർന്ന് പുളഞ്ഞു. ഞാൻ ക്ഷമിച്ചു. അ ല്ലാഹു ക്ഷമാശീലരുടെ കൂടെയാണല്ലോ?

എന്നാൽ, അത്യത്ഭുതമെന്നു തന്നെ പറയട്ടെ, പിറ്റേന്ന് സുബഹി നമസ്കാരം കഴിഞ്ഞ്, കുറച്ച് ഖുർആനോതി, മുസ്ഹഫ് മടക്കിവെക്കാൻ തുടങ്ങുമ്പോഴാണ്, ഒരു ചുവന്ന മാരുതി ഞങ്ങളുടെ മുറ്റത്തേക്ക് നീന്തി നീന്തി വരുന്നത് കണ്ടത്. മഹാതിശയത്തോടെ ഞാൻ പുറത്തിറങ്ങി നോക്കുമ്പോൾ വാഹനത്തിൽനിന്നും നാലു മുസ്ല്യാക്കന്മാർ കമാന്റോക ളെപ്പോലെ ആവേശത്തോടെയും ജാഗ്രതയോടെയും മുറ്റത്തേക്ക് ചാടി യിറങ്ങി എനിക്കു സലാം ചൊല്ലി. സ്വന്തം വീട്ടുമുറ്റത്ത് വന്ന് "ദൈവ ത്തിന്റെ രക്ഷ താങ്കളുടെ മേലിലുണ്ടാവട്ടെ" എന്നു പറയുമ്പോൾ ആ രാണെങ്കിലും തിരിച്ചും അഭിവാദ്യം ചെയ്യും. ഞാനും അതുപോലെത്തന്നെ മറുപടി പറഞ്ഞു.

നോക്കുമ്പോൾ എന്റെ പഴയകാല സുഹൃത്തുക്കൾ. പക്ഷേ, വർ

ഷങ്ങൾക്കു മുമ്പുണ്ടായ ഉരുൾപൊട്ടലിനെ തുടർന്ന് ബദ്ധവൈരികളാ
യിത്തീർന്നവർ. പരസ്പരം ചെളിവാരിയെറിയുന്നവർ. തരംതാണ രാഷ്
ട്രീയം കളിക്കുന്ന മതരാഷ്ട്രീയക്കാർ. മതത്തെ എങ്ങനെ കാശാക്കി
മാറ്റാം എന്ന വിഷയത്തിൽ പി എച്ച് ഡി എടുത്തവർ. സുഖിയൻമാരായ
പണ്ഡിതന്മാർ. സി എച്ച് പറഞ്ഞ ഗ്രന്ഥം ചുമക്കുന്ന കഴുതകൾ. എന്റെ
മസ്സിലൂടെ ഇത്രയും കാര്യങ്ങളാണ് അവരെ കണ്ടപ്പോൾ ഓടിപ്പോ
യത്. നേരു പറഞ്ഞാൽ ഇതൊക്കെയായിരുന്നു ഞങ്ങളുടെ ഉസ്താദു
മാർ അസൈനാരു മുസ്ല്യാരെക്കുറിച്ച് സ്റ്റേജിൽ കയറി പറഞ്ഞിരുന്നത്.
അതിലും തരംതാണ രീതിയിലായിരുന്നു അവരുടെ നുണപ്രചരണങ്ങൾ.

ആ നാൽവർ സംഘം ഒരു സ്വലാത്ത് ചൊല്ലുന്നതുപോലെ കോറ
സ്സായി പറഞ്ഞു: "ഞങ്ങളുടെ ആദരണീയനായ ഉസ്താദ് പൂച്ചക്കാട്ടിൽ
അസൈനാർ മുസ്ല്യാർക്കു മാത്രമേ ഇനി നിങ്ങളെ ഈ കുടുക്കിൽ നിന്നും
രക്ഷിക്കാനാവൂ.. ഇക്കാര്യം നിങ്ങൾക്കിപ്പോൾ നന്നായി മനസ്സിലായിട്ടു
ണ്ടാവുമെന്നു കരുതുന്നു..."

ഞാൻ ഭ്രാന്തമായൊരു അവസ്ഥയിൽ നിശ്ചലനായി അവരെ
നോക്കി. അപ്പോൾ വീണ്ടും: "ഉസ്താദ് തിരക്കിലാണ്. എങ്കിലും ഈ
അവസ്ഥയിൽ നിങ്ങളെ നേരിൽക്കണ്ട് സംസാരിക്കണമെന്നുണ്ട്. അതി
നാൽ സമയം കളയാതെ ഞങ്ങളുടെ കൂടെ വരണം. സഹ്ലയുടേയും
റഷീദയുടേയും മാത്രമല്ല, അവരുടെ താഴെ വളർന്നുവരുന്ന മുന്നെണ്ണ
ത്തിന്റേയും കല്യാണങ്ങൾ ഞങ്ങൾ നടത്തിത്തരാം. വന്നാട്ടെ, ഉസ്താ
ദവർകൾ നിങ്ങളെ കാത്തിരിക്കുകയാണ്..."

വല്ലാത്തൊരതിശയം തന്നെ. അന്യന്റെ മനസ്സ് വായിച്ചറിയാൻ കഴി
യുന്നവൻ ജ്ഞാനി. അവനെ അത്യാപത്തിൽനിന്നും കൈപിടിച്ചുയർ
ത്താൻ വരുന്നവൻ ആത്മീയ നേതാവ്. ഞാൻ മനസ്സിൽ കരുതി.
അങ്ങനെ, ഞാനൊരു സ്വപ്ന മന്തിപ്പിൽ പകച്ച് അവരെ നോക്കുമ്പോൾ,
എന്നേക്കാൾ നാലു വയസ്സിന് മൂപ്പുള്ള ഒരു ചങ്ങാതി പറഞ്ഞു: "നമ്മെ
പ്പോലുള്ള പ്രവർത്തകരുടേയും തനി നാടൻമാരുടേയും എടങ്ങേറുകൾ
മാറ്റുകയാണ് അസൈനാരുസ്താദിന്റെ ലക്ഷ്യം. വീടില്ലാത്തവന് വീട്.
ജോലിയില്ലാത്തവന് ജോലി. രോഗികൾക്ക് ചികിത്സാ സഹായം. വിവാ
ഹപ്രായമെത്തിയ കുട്ടികളെ കെട്ടിച്ചയക്കാൻ സഹായിക്കൽ. എന്തിന്,
ചിലയിടങ്ങളിൽ പള്ളിവരെ നിർമ്മിച്ചുകൊടുക്കുന്നുണ്ട് പൂച്ചക്കാട്ടിലുസ്
താദ്. അതൊക്കെ ങ്ങക്കറ്യേലോ ന്റെ മോല്യേരേ.."

ഞാൻ ഒന്നും മിണ്ടാതെ അയാളുടെ കണ്ണുകളിലെ കള്ളത്തരങ്ങ
ളിലേക്ക് നോക്കി. മതവിവരമുണ്ടായാൽ ചെയ്യുന്ന എല്ലാ തോന്ന്യാസ
ങ്ങൾക്കും ന്യായങ്ങളുണ്ടാക്കാം. ദൈവം അത്തരക്കാരുടെ സ്വന്തമാണെ
ന്നാണല്ലോ വെയ്പ്പ്. അതുകൊണ്ടാണ് വീണ്ടും എനിക്കറിയുന്ന അത്തരം
മ്ലേച്ഛ കാര്യങ്ങൾ തന്നെ അദ്ദേഹം പറയുന്നത്: "നാട്ടിലേയും മറുനാട്ടി
ലേയും പിരിവുകൊണ്ട് മാത്രമാണല്ലോ ഉസ്താദിനെ ലോകമറിയുന്ന
നേതാവും പണ്ഡിതനുമാക്കിയത്. നിങ്ങൾ ധൈര്യസമേതം വരിൻ. ഇഹ

ത്തിലും പരത്തിലും നിങ്ങൾക്ക് സ്വർഗ്ഗീയസുഖം അങ്ങനെയേ നേടാനാവൂ. അതല്ലാതെ.. ആ പണ്ടത്തെ കാക്കക്കാരണവന്മാരെപ്പോലെ ഇക്കാലത്തും ഞരങ്ങി ഞരങ്ങി, ചൊറിയും മാന്തി ജീവിച്ചിട്ടെന്തു കിട്ടാനാ?"

ഞാനല്ല, ഈ ലോകത്ത് മക്കളെ കെട്ടിച്ചു വിടാനുള്ള ഏതു പിതാവും കോരിത്തരിച്ചു പോകുന്ന മനോഹരമായ വാഗ്ദാനങ്ങൾ.. സത്യത്തിൽ ഇത് എന്റെ ഉസ്താദ് കുഞ്ഞിപ്പോക്കു മുസ്ല്യാരുടെ പ്രാർത്ഥനയുടെ ഫലമായിട്ടാണ് എനിക്ക് അപ്പോഴും തോന്നിയത്. അദ്ദേഹം പറഞ്ഞ "ഓൻ" ഞങ്ങളുടെ ജന്മശത്രുവായ 'പൂച്ചക്കാട്ടം' തന്നെ. സംശയമില്ല.

അങ്ങനെ ആലോചിച്ചപ്പോൾ വീണ്ടും എനിക്കു സങ്കടം. അതൊതുക്കി ഞാനൊരു ഉഴന്ന ചിരി തൂവി: ഞാൻ സ്വർഗ്ഗത്തിലേക്കോ നരകത്തിലേക്കോ?

പടച്ച റബ്ബാണ് സത്യം. സ്വർഗ്ഗത്തിലേക്കായാലും നരകത്തിലേക്കായാലും വേണ്ടില്ല. അതൊക്കെ മരിച്ചുചെന്ന ശേഷം. ഇപ്പൊ എന്റെ മക്കളെ കെട്ടിച്ചു വിടണം. അതിന് നല്ലത് പൂച്ചക്കാട്ടിലല്ലാതെ മറ്റാരുമല്ല. ഞാനങ്ങനെ പെട്ടെന്നുതന്നെ തീരുമാനമെടുത്തു. അതോടെ എന്റെ മുഖത്ത് പെരുന്നാൾപ്പൊലിവുണ്ടായി.

ഞാൻ മനസ്സറിഞ്ഞ് ആദ്യമായി ചിരിച്ചു. അവർ ദൈവദൂതൻമാരെപ്പോലെ ആ ചുവന്ന മാരുതിയിലേക്ക് എന്നെ പതുക്കെ ആനയിച്ചു. വാഹനത്തിനുള്ളിലെ സ്വർഗ്ഗീയ കുളിർമ്മയിലും സുഗന്ധത്തിലും പെട്ട് ഞാനങ്ങ് ഉഷാറായീന്ന് പറഞ്ഞാൽ മതിയല്ലോ?

മാരുതി എത്തിയത് കുറച്ചു ദുരെയുള്ള പൂച്ചക്കാട്ടിലിന്റെ കെട്ടിട സമുച്ചയത്തിലേക്കാണ്. അതിവിശാലമായി പരന്നു കിടക്കുന്ന ആ ഭുമി ഒരു സ്വർഗ്ഗത്താഴ്‌വരപോലെ എന്നെ കെട്ടിപ്പുണർന്നു. ഇടത്തും വലത്തും കാവല്ക്കാരായ മലക്കുകളെപ്പോലെ കരുത്തരായ ആശ്രിതർ. അവരുടെ അകമ്പടിയോടെ ദൈവസന്നിധിയിലേക്കെന്നവണ്ണം തണൽമരങ്ങൾ പന്തലിച്ചു നില്ക്കുന്ന, ചെഞ്ചി മിനുക്കിയ, ഊടുവഴിയിലൂടെ നടന്ന്, നടന്ന് പുരാതന രീതിയിൽ പണിതുയർത്തിയ മനോഹരമായ ഒരു കൊട്ടാര വാതില്ക്കലെത്തി. അപ്പോൾ, മഹാത്ഭുതമെന്നുതന്നെ പറയട്ടെ, വാതിലുകൾ മലർക്കെ തുറക്കപ്പെടുകയും വല്ലാത്തൊരു പരിമളം അവിടമാകെ പരക്കുകയും ചെയ്തു.

മുന്നിൽ സുഗന്ധോദ്യാനം. അരുവിയൊഴുക്കിന്റെ പതിഞ്ഞ ശബ്ദം. പൂക്കളുടെയും കിളികളുടെയും സാന്ദ്രിമയും തെളിമയും. സ്വർഗ്ഗജീവിയുടേതെന്നു തോന്നിക്കുന്ന എ സിയുടെ മൂളക്കം. സംഗീതത്തിന്റെ നനുത്ത അലയൊലികൾ.. റബ്ബേ.. ഇതുതന്നെയാണോ സ്വർഗ്ഗം എന്നു പറയപ്പെടുന്ന അപാരസുന്ദരമായ ആ ലോകം?

ഞാനൊരു കിനാവിലെന്നവണ്ണം അന്തം വിട്ട് നില്ക്കുമ്പോൾ, എനിക്കുമുമ്പിൽ ചുരല്കൊണ്ട് മനോഹരമായി മെടഞ്ഞുണ്ടാക്കിയ ഒരു ഊഞ്ചാൽ കസേര തെളിഞ്ഞു വന്നു. നോക്കുമ്പോൾ, വെള്ളക്കാലുറകളും കറുത്ത് ലൂസായ ടീ ഷർട്ടുമിട്ട് ഫോണിൽ ആരോടോ കാര്യമായി

സംസാരിക്കുന്ന ഉസ്താദ് പൂച്ചക്കാട്ടിൽ അസൈനാരു മുസ്ല്യാർ. പേരോർ ക്കുന്നില്ല, ഏതോ ഒരു സിനിമയിലെ മമ്മൂട്ടിയുടെ ഭാവവും രൂപവും (ഞാൻ കുറേ സിനിമകൾ കണ്ടിട്ടുണ്ട്. പണ്ട് സിനിമ ഞങ്ങൾക്ക് ഹറാ മായിരുന്നു ഇന്നിപ്പോൾ അനുവദനീയമായ കാര്യം നിങ്ങൾക്കറിയാ മല്ലോ?).

സംസാരം നിർത്തി ഫോൺ വെച്ച് ആശ്രിതരായ തലയിൽക്കെട്ടു കാരെ നോക്കി ഉച്ചത്തിലൊരു ചിരി ചിരിച്ച് പൂച്ചക്കാട്ടിൽ എനിക്കു നേരെ തലയാട്ടി. പിന്നെ, പതുക്കെപ്പതുക്കെ പുച്ഛരസത്തോടെ നടന്നു വന്ന് സലാം ചൊല്ലി ചോദിച്ചു: "സുഖല്ലേ പോക്കരെ..?"

ഞാൻ മൂളി. ഒച്ച പുറത്തു ചാടിയോ എന്ന് സംശയം.

"നന്നായി. നിങ്ങളെപ്പോലെ നല്ല പ്രസംഗപാടവവും സംഘടനാ ശേഷിയും പാണ്ഡിത്യവുമുള്ളയാളുകളെയാണ് ഞങ്ങൾക്കാവശ്യം. കാരണം, അത്തരക്കാർക്കേ മനുഷ്യരെ നന്നാക്കിയെടുക്കാൻ പറ്റൂ. അത ല്ലാതെ, വിവരമുണ്ടായിട്ടും അതൊന്നും ഉപയോഗിക്കാതെ ജീവിച്ചു മരിച്ചു പോയിട്ടെന്താണ് മോല്യേരെ കാര്യം?"

ഞാൻ ഒന്നും പറയാതെ അസൈനാരു മുസ്ല്യാരെ തുറിച്ചു നോക്കി. അയാളുടെ തീക്ഷ്ണമായ കണ്ണുകൾക്കും കനത്തു നീണ്ട താടിക്കും മുന്നിൽ എന്റെ എല്ലാ തന്ത്രങ്ങളും കുതന്ത്രങ്ങളും പാണ്ഡിത്യവും ഒലിച്ചുപോയി. സത്യത്തിൽ അസൈനാരു മുസ്ല്യാരെ കഠിനമായി വിമർ ശിക്കുകയല്ലാതെ ഉടലോടെ ഇത്രയടുത്ത് ആദ്യമായിക്കാണുകയായി രുന്നു ഞാൻ.

"എന്റെയും കുഞ്ഞിപ്പൊക്കുവിന്റെയും ഉസ്താദും സൂഫിവര്യനു മൊക്കെയായിരുന്ന കെ കെ മമ്മദുട്ടിയെ തള്ളിപ്പറഞ്ഞതുകൊണ്ടാണല്ലോ ഇന്ന് ഞാനീ നിലയിലെത്തിയത്. ഉരുൾപൊട്ടൽ ദുരന്തവുമായി ബന്ധ പ്പെട്ടാണ് എനിക്കങ്ങനെ അവരെ ഒതുക്കാൻ ഒരവസരം കിട്ടിയത്. ഉസ് താദുമാരാവാട്ടെ, നമുക്ക് പ്രോത്സാഹനം തന്നവരാകട്ടെ, നമ്മെ കൈ പിടിച്ചു കൊണ്ടു വന്നവരാകട്ടെ, അവരെ തിരുത്തുകയാണ് ജീവിത വിജ യത്തിന് ആദ്യമായി ഒരു മനുഷ്യൻ ചെയ്യേണ്ടത്. അങ്ങനെയേ ചരിത്ര പുരുഷൻമാരുണ്ടാവൂ.. നിങ്ങൾക്കറ്യേലോ ഞമ്മളെ ഇസ്ലാമിന്റെ പഴങ്കാ ല ചരിത്രമൊക്കെ.. അതിന്, ആർക്കാണെങ്കിലും ആണത്തം വേണം. നിങ്ങൾക്ക് ഇപ്പോളതുണ്ടെന്ന് ഞാൻ വിശ്വസിക്കുന്നു.. എന്താ..?"

എന്റെ വായ ആരോ കറുത്ത തുണികൊണ്ട് മൂടിക്കെട്ടി സീലടിച്ചതു പോലെ. ഹൃദയത്തിലാരോ പാറക്കല്ലുകൾ കൊണ്ടു വന്നിട്ട് മുദ്രവെച്ചതു പോലെ. ഞാൻ അസൈനാരു മുസ്ല്യാരെ നോക്കി കരച്ചിലിന്റെ വക്ക ത്തെത്തി നിന്നു. അപ്പോൾ എന്നെ ഞെട്ടിച്ചുകൊണ്ട് അസൈനാരു മുസ്ല്യാർ അത്യുച്ചത്തിൽ പറഞ്ഞു: "ഞാൻ ചെയ്തതു പോല ആദ്യ മായി നിങ്ങളും നിങ്ങളുടെ ഉസ്താദ് കുഞ്ഞിപ്പൊക്കു മുസ്ല്യാരെ തള്ളി പ്പറയുക. അവനാണ് നേരു പറഞ്ഞാൽ ഇപ്പോഴും എന്റെ യഥാർത്ഥ ശത്രു."

ഞാൻ പെരുത്തുവന്ന ദേഷ്യത്താൽ പല്ലു കടിച്ചു മുരണ്ടു. ശരീര മാകെ വല്ലാത്ത വിറയലുണ്ടാവുകയും പയ്യെപ്പയ്യെ അതില്ലാതായി വളരെ പ്പെട്ടെന്ന് ഒരു പുഞ്ചിരിയായി പരിണമിക്കുകയും ചെയ്തു. ഞാൻ, അറി യാതെ പൂച്ചക്കാട്ടിൽ അസൈനാരു മുസ്ല്യാരുടെ കാല്ക്കലേക്ക് തല കുത്തി വീണു. കുരുത്തം കെട്ടവനാണെങ്കിലും കുറേ വലിയ കിത്താ ബുകളൊക്കെ ഓതിപ്പഠിച്ചവനാണല്ലോ. മാത്രവുമല്ല, കുഞ്ഞിപ്പോക്കുസ് താദിന്റെ പഴയ ചങ്ങാതിയുമായിരുന്നുവല്ലോ?

മുസ്ല്യാർ എന്നെ പിടിച്ചെഴുന്നേല്പിച്ചു അത്യുച്ചത്തിൽ നന്നായൊന്ന് ചിരിച്ചു. പുളിച്ച പരിഹാസത്തോടെതന്നെ.. ചിരിയുടെ മുനയേറ്റ് ഹൃദ യം പൊട്ടിയൊലിച്ചതോടെ എനിക്ക് ബോധക്ഷയമുണ്ടാവുകയും ആ ഉന്മാദത്തിൽ അസൈനാരുമുസ്ല്യാരെ പ്രകീർത്തിച്ചുകൊണ്ട് പ്രസംഗി ക്കാൻ തുടങ്ങുകയും ചെയ്തു ഞാൻ:

"എന്റെ അഭിവന്ദ്യ ഉസ്താദ് കുഞ്ഞിപ്പോക്കുവാണ് എല്ലാറ്റിനും കാര ണക്കാരൻ. നാട്ടിലുണ്ടാവുന്ന ഫിത്നകളൊക്കെയും അയാളാണുണ്ടാ ക്കുന്നത്. പൂച്ചക്കാട്ടിലുസ്താദിന്റെ സുഗന്ധമനുഭവപ്പെടണമെങ്കിൽ അദ്ദേ ഹത്തെ ഇങ്ങനെ അടുത്തറിയണം. ഭൂമിയിലെ ഈ സൗഭാഗ്യങ്ങളൊ ക്കെയും പരലോകത്തുനിന്നേ അനുഭവിക്കാൻ പറ്റു എന്ന് വാശി പിടി ക്കുന്നവനേക്കാൾ പമ്പര വിഡ്ഢി ആരുണ്ട് ഈ ദുനിയാവിൽ? ആ വിഡ് ഢിയെ ഞാനിതാ ഇവിടെ വെച്ച് തള്ളിപ്പറയുന്നു."

ഇത്രയും പറഞ്ഞപ്പോഴേക്കും ഞാൻ കിതച്ചു. വിയർത്തു കുളിച്ചു. അപ്പോഴേക്കും എന്റെ മുന്നിൽ ഒരു വലിയ സദസ്സു തന്നെ രൂപപ്പെട്ടു വന്നിരുന്നു. ആ ജനക്കൂട്ടത്തെ നോക്കി വീണ്ടും പ്രസംഗം തുടരവെ....., അസൈനാരു മുസ്ല്യാർ പതുക്കെ എന്റെ തോളത്തൊരു കൊട്ട് കൊട്ടി മൃദുവായി പറഞ്ഞു: "പോക്കരെ.. ഇന്നിത്രയും മതി. നാളെ മുതൽ കുഞ്ഞിപ്പോക്കുവിന്റെയും കൂട്ടരുടെയും ഇതുപോലുള്ള ചെറ്റത്തരങ്ങൾ സവിസ്തരം നീ വിളിച്ചു പറഞ്ഞാൽ മാത്രം മതി. നീയാവുമ്പോൾ അതി നിപ്പൊ നല്ല നിലയും വിലയുമുണ്ട്. അതുകൊണ്ടുതന്നെ നിന്റെ ഇഹപ രജീവിതം മോശമാവില്ല. നിന്റെ കാര്യം ഞാനേറ്റു. ലാ..ശക്ക ഫീഹീ... അതിൽ യാതൊരു സംശയവുമില്ല."

ആരോ ഒരാൾ കൊണ്ടുവന്ന് നീട്ടിയ മുന്തിരി ജ്യൂസ് കുടിച്ച് ഞാ നൊരു സോഫയിലിരുന്നു. ഉസ്താദ് തൊട്ടരികിലും. എന്റെ തോളിൽ കൈയിട്ട് സ്നേഹത്തോടെ ചേർത്തു പിടിച്ച്, മുന്നിൽ ഓച്ഛാനിച്ചു നില് ക്കുന്ന സദസ്സിനോടായി ഉസ്താദ് പറഞ്ഞു: "കുട്ടികളേ.. നാളെത്ത ന്നെ പത്രസമ്മേളനത്തിന് ഏർപ്പാടു ചെയ്യുക. അവരുടെ മുന്നിൽ നമു ക്ക് പോക്കരെ പ്രദർശിപ്പിക്കണം. അങ്ങനെ മറുവിഭാഗത്തിന്റെ തനി നിറം ലോകമറിയട്ടെ.."

ഇത്രയുമാണ് അന്നുണ്ടായത്. അവിടെ വെച്ചുതന്നെ ഞാൻ അസൈ നാരു മുസ്ല്യാരെ പിൻപറ്റി ജീവിക്കാൻ തുടങ്ങി. അതുകൊണ്ടാണല്ലോ ജീവിതത്തിലുണ്ടായ ഇത്തരം ചില സംഭവങ്ങൾ എനിക്കെഴുതാനായതും

ഇതിനുവേണ്ടി നിങ്ങൾ കാത്തിരുന്നതും. മാത്രവുമല്ല, എന്റെ വീടുതന്നെ ഒരു സ്വർഗ്ഗപ്പൂങ്കാവനമാണ്. ആ വീടിനൊത്ത വിശാലമായ കിടപ്പുമുറി കളും വേഗത കൂടിയ വാഹനങ്ങളും സുന്ദരികളായ ഇണകളും വരുമാ നമാർഗ്ഗങ്ങളുള്ള തോട്ടങ്ങളും ഇന്നെനിക്കുണ്ട്. സർവ്വോപരി സ്ഥാനമാ നങ്ങളും പേരും പ്രശസ്തിയും. ഞാനിതിലൊക്കെ വളരെയധികം സം തൃപ്തനാണ്. കാരണം, ഇതൊന്നും മോഹിച്ചിട്ടല്ലായിരുന്നു മതപഠന ത്തിനിറങ്ങിയത്. ദൈവത്തിനു സ്തുതി. എന്തായാലും ഒരു കാര്യം സത്യം – ഏതൊരാൾക്കും ജീവിതം ഒന്നേയുള്ളൂ. മതപണ്ഡിതനാണെങ്കിലും രാഷ്ട്രീയനേതാവാണെങ്കിലും. നടനാണെങ്കിലും നാടനാണെങ്കിലും. എഴുത്തുകാരനാണെങ്കിലും. അത് ഉപയോഗിക്കേണ്ട രീതിയിൽ ഉപ യോഗിച്ചാലേ ഇഹത്തിലും പരത്തിലും ആർക്കും നേട്ടമുണ്ടാവൂ. അത ല്ലാതെ പരലോകം മാത്രമാണ് ലക്ഷ്യമെങ്കിൽ പിന്നെയെന്തിനാണ് നമു ക്കീ ജീവിതം?

മതപ്രസംഗം

സൈനുദ്ദീൻ മുസ്ല്യാർ പ്രസംഗം തുടങ്ങുമ്പോൾ ആൽമരത്തിനു ചുവട്ടിൽ രണ്ടുമൂന്നു കുട്ടികൾ മാത്രമേ ഉണ്ടായിരുന്നുള്ളൂ. അയാളുടെ ചുകന്നു കലങ്ങിയ കണ്ണുകളും ജടപിടിച്ചു നീണ്ട താടിയും കണ്ട് കുട്ടി കൾ പേടിയോടെ ദുരേക്ക് മാറിനിന്നു. ആ സമയത്തുതന്നെ ക്രൂരമാ യൊരു ശബ്ദത്തോടെ അയാൾ പ്രസംഗം തുടങ്ങി: "സഹോദരന്മാരെ... സഹോദരിമാരെ... നിങ്ങളൊന്നാലോചിച്ചു നോക്കൂ... നാളെ മഹ്ശറയെന്ന വൻസഭയിൽ നമ്മെയെല്ലാവരേയും ഒരുമിച്ചുകൂട്ടപ്പെടുന്നതായ ആ സന്ദർ ഭത്തിൽ...."

മുസ്ല്യാർ ഒന്നു നിർത്തി താടി ഉഴിഞ്ഞു ചിരിച്ചു. കണ്ണുകൾ നാലു പാടും ചുറ്റി സഞ്ചരിച്ചു. മക്കാനിയിൽനിന്നും പലചരക്കുകടയിൽനിന്നും റേഷൻ പീടികയിൽനിന്നുമൊക്കെ ആളുകൾ സഹതാപത്തോടെയും വേദനയോടെയും ഏന്തി നോക്കി. അവർക്കൊക്കെ ഇന്നലെവരെ സൈനു ദ്ദീൻ മുസ്ല്യാർ പോരിശയാക്കപ്പെട്ട ഒന്നാന്തരം ഒരു മനുഷ്യനായിരുന്നു. വീടുകളിൽ കല്യാണമോ തക്കാരമോ അടിയന്തിരമോ നേർച്ചയോ മൗലൂദോ ഉണ്ടാകുമ്പോൾ, എന്തിന് ഒരു കോഴിയെ അറുത്താൽപോലും അവരൊക്കെ സ്നേഹത്തോടെ സൈനുദ്ദീൻ മുസ്ല്യാരെ വീട്ടിലേക്കു ക്ഷണിച്ചു കൊണ്ടുപോകുകയും നന്നായി ഭക്ഷണം കൊടുത്ത് അവർക്കു വേണ്ടി പ്രാർത്ഥിപ്പിക്കുകയും ചെയ്യുമായിരുന്നു. മുസ്ല്യാരാകട്ടെ, പള്ളി യിലും ചേരുമ്പ് ദേശമൊന്നാകെയും ഓടിനടന്ന് ജനങ്ങളെ ബോധവൽ ക്കരിക്കാൻ ഏറെ ശ്രമിച്ചു. ഇടയ്ക്കിടയ്ക്ക് മതപ്രസംഗ പരമ്പകൾ സംഘ ടിപ്പിച്ചു. മതപഠന ക്ലാസുകൾ നടത്തി യുവാക്കളെ പങ്കെടുപ്പിച്ചു. മൊത്ത ത്തിൽ ദേശത്തെ എല്ലാ കാക്കക്കാരണവന്മാർക്കും വേണ്ടപ്പെട്ടവൻ, അനു കരണീയൻ സൈനുദ്ദീൻ മുസ്ല്യാർ!

എന്നാലിപ്പോൾ ഇവരൊക്കെത്തന്നെ മുസ്ല്യാരെ നോക്കി നെടുവീർ പ്പിടുകയാണ്. ചിലർ പറയുന്നു: "എന്താ ചെയ്യാ... പടച്ചോന്റെ ഓരോ കുദ്‌റത്ത്. എങ്ങനെ നടന്നീന മന്‌സനാ.. ഈയൊരു ഗതീലാവുംന്ന് ആരെ ങ്കിലും കരുതിയോ?"

"ഓതിയോതി ഓന്തായീന്ന് പറീണതല്ലേ ശരി?"

സൈനുദ്ദീൻ മുസ്ല്യാരുടെ പഴയ സുഹൃത്ത് അബ്ദുല്ല മുസ്ല്യാർ പതുക്കെ പറഞ്ഞു. അപ്പോൾ കവല കുലുങ്ങുന്ന മുഴക്കത്തോടെ സൈ നുദ്ദീൻ മുസ്ല്യാരുടെ ശബ്ദം ഉയർന്നു: "ഹൃദയം തൊണ്ടയിലേക്കു നീ ണ്ടു കയറുന്നതായ ആ സന്ദർഭത്തിൽ, നാമോരോരുത്തരും ചെയ്തു പോയ നന്മതിന്മകൾ രേഖപ്പെടുത്തിയിരിക്കുന്നതായ ആ പുസ്തകം നി വർത്തപ്പെടുന്നതായ ആ നേരത്ത്, തിന്മകൾ പെരുപ്പിച്ചവന്റെ മുന്നിൽ നരകവും നന്മകൾ പെരുപ്പിച്ചവന്റെ മുന്നിൽ സ്വർഗ്ഗവും വന്നണയു മ്പോൾ... സർവ്വചരാചരങ്ങളുടേയും സ്രഷ്ടാവായ അല്ലാഹുവിന്റെ മുന്നിൽ ഈ നില്ക്കുന്ന സൈനുദ്ദീൻ മുസ്ല്യാരും നാട്ടുപ്രമാണിയും പള്ളി പ്രസിഡന്റും മൂന്നുനാല് ഹജ്ജ് കർമ്മങ്ങൾ അനുഷ്ഠിക്കുകയും ചെയ്ത തടുക്കുംമറക്കണ്ടെത്തിൽ മരക്കാർ ഹാജിയും അന്ത്യവിധിയും കാത്തുനില് ക്കുമ്പോൾ, ചേരമ്പ് ദേശത്തെ സത്യവിശ്വാസികൾക്കിടയിൽ നിന്ന് പരി ഹാസ്യം നിറഞ്ഞ നോട്ടമേല്ക്കുമ്പോൾ... സർവ്വശക്തനായ നാഥാ... നിന്നോട് ഞാനെന്റെ ആത്മകഥ തുറന്നുപറയുമ്പോൾ... നീയെനിക്കെന്റെ ഇണയാക്കി, തുണയാക്കി ജന്നത്തിനെ പ്രദാനം ചെയ്യേണമേ എന്നു ഞാൻ ഉള്ളുരുകി പ്രാർത്ഥിക്കുമ്പോൾ.... നീയെന്റെ പ്രാർത്ഥനയ്ക്കു ത്തരം നല്കുമ്പോൾ.... ഈ നില്ക്കുന്ന മരക്കാർ ഹാജിക്ക് തീക്കനൽ കൊണ്ടുണ്ടാക്കിയ മെതിയടിയും ദാഹിച്ച് തൊണ്ടവരളുമ്പോൾ കുടി ക്കാനായി ചുട്ടുതിളച്ച ഇരുമ്പു ദ്രാവകവും നീ നല്കേണമേ എന്നു ഞാൻ മനമുരുകി പ്രാർത്ഥിക്കുമ്പോൾ... ഞാൻ ചെയ്തതെന്താണെന്ന് സുഹൃ ത്തുക്കളേ നിങ്ങൾക്ക് മനസ്സിലാക്കാം. സത്യത്തിനും സ്നേഹത്തിനു മുള്ള തക്കതായ പ്രതിഫലം എനിക്കന്ന് കിട്ടുക തന്നെ ചെയ്യും. അന്നേരം, ഈ ലോകത്തിലെ കോടാനുകോടി ജനങ്ങളത്രയും നോക്കി നില്ക്കെ, ഞാനെന്റെ ജന്നത്തിന്റെ കൈയും പിടിച്ച് മരക്കാർ ഹാജിയെ നോക്കി പുഞ്ചിരിച്ചുകൊണ്ട് ആ സ്വർഗ്ഗീയാരാമത്തിലേക്ക് പ്രവേശിക്കും. പിന്നെ, ശാശ്വതമായ ആ ലോകത്ത് സന്തോഷത്തോടെ ജീവിക്കു മ്പോൾ..."

ഇവിടെ വെച്ചും അയാൾ പ്രസംഗം ഒന്നു നിർത്തി താടി ഉഴിഞ്ഞു. നീണ്ട വെള്ളക്കുപ്പായത്തിന്റെ പോക്കറ്റിൽനിന്നും ടവ്വലെടുത്ത് മുഖത്ത് പൊടിഞ്ഞ വിയർപ്പ് അമർത്തിത്തുടച്ച് വീണ്ടും സന്തോഷത്തോടെ നാലു പാടും കണ്ണോടിച്ചു.

ആരുമില്ല!

ഉള്ളവരൊക്കെ ചായക്കടയിലും പലചരക്കു കടയിലുമായി പലതും പറഞ്ഞ് ചിരിക്കുകയാണ്. എന്നിട്ടും മുസ്ല്യാർക്കു തോന്നി താനേതോ

വലിയെയരു ജനക്കൂട്ടത്തിനു മുന്നിൽ പ്രത്യേകം അലങ്കരിച്ച പീഠത്തിൻ നിന്നാണ് പ്രസംഗിക്കുന്നതെന്ന്! നിലാവിൽ കുളിച്ചു നില്ക്കുന്ന ആ മൈതാനം നിറയെ ചേറുമ്പു ദേശത്തെ സത്യവിശ്വാസികൾ കണ്ണും കാതും കൂർപ്പിച്ച് തന്റെ പ്രസംഗം കേൾക്കുകയാണെന്ന്. ഓലപ്പായ വിരിച്ച്, അതിൽ ചമ്രം പടിഞ്ഞിരുന്ന് ദൂരെ തൊടികയിലിരുന്ന പെണ്ണു ങ്ങൾ വയള് കേൾക്കുന്നുണ്ടെന്നും ഇടയ്ക്കിടയ്ക്ക് അവർ പരദൂഷണം പറയുന്നുണ്ടെന്നും. ഇതോടെ മുസ്ല്യാർക്ക് ആവേശം വന്നു. അയാൾ തുടങ്ങി:

"റബ്ബുൽ ആലമീനായ തമ്പുരാനേ, നീയീ പാപിയോട് ക്ഷമിക്കേ ണമേ. ഞാൻ യാതൊരു തെറ്റും ചെയ്തിട്ടില്ലെന്ന് നിനക്കറിയുമല്ലോ? ആയതിനാൽ, ഈ ദേശത്തെ ജനങ്ങൾക്ക് നാളെ മഹ്ശറയിൽ വെച്ചെ ങ്കിലും നീയീ സത്യം തുറന്നു കാണിച്ചു കൊടുക്കേണമേ. നീ എല്ലാം കാണുന്നവനും കേൾക്കുന്നവനുമാണല്ലോ റബ്ബേ... അതുകൊണ്ട് ആരാണീ ജന്നത്തെന്നും എന്താണ് മരക്കാർ ഹാജി ഈ പാവപ്പെട്ടവ നോട് ചെയ്തതെന്നും ഞാനിതാ ഈ ദേശത്തെ എണ്ണമറ്റ ആളുകളെ നോക്കി, അവരെ സാക്ഷി നിർത്തി പറയാൻ പോകുന്നു...

അതെ; എന്താണാ കഥയെന്ന് നിങ്ങൾക്കാർക്കും അറിയില്ലല്ലോ... മാത്രമല്ല, എന്തൊക്കെയാണ് സംഭവിച്ചതെന്നും എന്റെ പ്രിയപ്പെട്ട ജന്നത്ത് ഇന്നെവിടെയാണെന്നും നിങ്ങൾക്കാർക്കും ഈ പറയുന്ന എനിക്കും അറിയില്ലല്ലോ. എങ്കിലും എന്റെ പ്രിയമുള്ള സഹോദരങ്ങളേ... ഞാൻ പറയട്ടെ.. നിങ്ങൾ ശ്രദ്ധിച്ചുകേൾക്കുവിൻ..."

പെട്ടെന്ന് ഭൂമിയാകെ കടുത്ത നിശ്ശബ്ദത പരന്നു. ആൽമരത്തിലെ എണ്ണമറ്റ ഇലകൾ പോലും വിരയൽ നിർത്തി മൗനത്തിലാണ്ടു. സൈനു ദ്ദീൻ മുസ്ല്യാർ വിറയാർന്ന സ്വരത്തിൽ കഥ പറയാൻ തുടങ്ങി.

"നിത്യദാരിദ്ര്യത്തിന്റെ ഒത്ത നടുവിൽ മാങ്ങാപ്പാടത്ത് സെയ്തുവി ന്റെയും കുഴിയാനത്തി തിത്തുണ്ണിയുടെയും മൂത്ത മകനായി ഈ ലോക ത്തേക്കു പിറന്നുവീണ എനിക്ക് മതപഠനം അത്ര വലിയ താല്പര്യമു ണ്ടായിരുന്ന വിഷയമൊന്നുമല്ലായിരുന്നു സുഹൃത്തുക്കളേ... പിന്നെയോ, എന്റെ പിതാവിന്റെ ദയനീയസ്ഥിതിയും പട്ടിണിയും അസഹ്യമായപ്പോൾ എന്റെ ബാപ്പ എനിക്കൊരു മാർഗ്ഗം കാണിച്ചു തന്നു. അത് ഇരുലോക ത്തേക്കും ഗുണപരമായ ഈ മതപഠനമായിരുന്നു. അപ്പോൾ എനിക്കും തോന്നി ഈ കാലഘട്ടത്തിൽ തീരെ ബുദ്ധിമുട്ടാതെ, ഏറെ സൗഖ്യ ത്തിലും സുരക്ഷിതത്വത്തിലും ജീവിക്കണമെങ്കിൽ മതപഠനമായിരിക്കും നന്നായിരിക്കുക എന്ന്. മാത്രമല്ല. ഏതൊരാൾ മതപഠനത്തിനുവേണ്ടി സ്വന്തം വീടുവിട്ടിറങ്ങുന്നുവോ അവൻ സർവ്വശക്തനായ അല്ലാഹുവി ലേക്കാണ് പോകുന്നത്. അതിനാൽ ദൈവം അവന്റെ ഉത്തരവാദിത്വം ഏറ്റെടുക്കുന്നു. ഇതൊന്നുമല്ലാതെതന്നെ, മതപഠനം മൂലം രണ്ടു നേട്ട ങ്ങളുണ്ട്. ഒന്ന്: ഭക്ഷണത്തിനുവേണ്ടി ഒരു നയാ പൈസപോലും ഈ വിദ്യാർത്ഥി ചെലവഴിക്കേണ്ടിവരില്ല. മൂന്നു നേരങ്ങളിൽ നല്ല സുഭിക്ഷ

മായ ഭക്ഷണം സൗജന്യം. രണ്ട്: ഈ പഠനത്തിന് പോകുന്ന ഒരു കുട്ടിക്കും പുസ്തകങ്ങൾക്കോ പഠനോപകരണങ്ങൾക്കോ ഫീസിനോ കാശ് ചെലവാക്കേണ്ടി വരില്ല. ഇതൊക്കെ കണക്കിലെടുത്താണ് സുഹൃത്തുക്കളേ... ഞാനീ 'പള്ളീലോത്തി'ന് സന്നദ്ധനായത്. അങ്ങനെയാണ് ഞാൻ ചേറുമ്പ് ദേശത്തെ പള്ളിയിലെ ഒരു മുതഅല്ലിമായത്. അതിൽ പ്പിന്നെ, നാട്ടുപ്രമാണി മരക്കാർ ഹാജിയുടെ വലിയ വീട്ടിലായിരുന്നു എനിക്ക് മൂന്നു നേരങ്ങളിലെയും ഭക്ഷണം. സത്യത്തിൽ, ഞാൻ വയറു നിറച്ച് അന്നം കഴിച്ചത് മരക്കാർ ഹാജിയുടെ വലിയ വീട്ടിലെത്തിയിട്ടാണെന്ന സത്യം മറച്ചു വെക്കുന്നില്ല.

അപ്പോൾ, സ്നേഹത്തിന്റെ കത്തുന്ന ദീപമായി ആ വലിയ വീട്ടിൽ ബിയ്യുമ്മ എന്നു പേരായ ഒരു രാജാത്തി ഉണ്ടായിരുന്നു. അവരുടെ കാതുകൾ നിറയെ ചിറ്റുകളും കൈകൾ നിറയെ സ്വർണ്ണവളകളും കഴുത്തിൽ തങ്കേലത്തും അരക്കാപ്പവനും ഗോതമ്പത്തരമാലയും അരയിൽ പൊന്നരഞ്ഞാണവും കാലുകളിൽ സ്വർണ്ണപ്പാദസ്സരങ്ങളുമുണ്ടായിരുന്നു. എന്നാൽ ഈ ലോകത്തുള്ള എല്ലാവിധ സുഖസൗകര്യങ്ങളും അവർക്ക് നല്കിയ അല്ലാഹു സുബ്ഹാനഉത്തആല ഒരു ഭാഗ്യം മാത്രം അവർക്കു നല്കിയില്ല. അതെന്താണെന്നുവെച്ചാൽ.......ആ മഹതിക്ക് ഒരിക്കലും ഒരു മാതാവാകാൻ സാധിക്കുമായിരുന്നില്ല മുഅ്മിനീങ്ങളേ... എല്ലാവിധ നേർച്ചകളും വഴിപാടുകളും നാടൻ മരുന്നുകളും ഇംഗ്ലീഷ് മരുന്നുകളു മൊക്കെ കഴിച്ചിട്ടും ബിയ്യുമ്മ എന്ന രാജാത്തിക്ക് ഒരു കുഞ്ഞിക്കാലു കാണാൻ യോഗമുണ്ടായില്ല എന്നു പറഞ്ഞാൽ മതിയല്ലോ.

അങ്ങനെ ഇരിക്കുന്നതായ ആ അവസരത്തിൽ, ഒരു രാത്രിയിൽ മണിയറയിലെ വലിയ ജനൽ തുറന്ന് പുറത്തെ നിലാവിലേക്കും ആകാശത്ത് ഉദിച്ചുയർന്ന അസംഖ്യം നക്ഷത്രക്കുഞ്ഞുങ്ങളിലേക്കും നോക്കി അവർ ഉള്ളുരുകി പ്രാർത്ഥിച്ചു: 'എന്റെ കരുണാവാരിധിയായ നാഥാ.. ഈ വീട്ടിലേക്ക് നീയോരു കുഞ്ഞിനെ പ്രദാനം ചെയ്യേണമേ...'

സത്യത്തിൽ അതൊരു ഉള്ളുരുകിയ പ്രാർത്ഥന തന്നെയായിരുന്നു. അതുകൊണ്ടുതന്നെ ബിയ്യുമ്മ കണ്ണടച്ച് ധ്യാനനിമഗ്നയായി പൊട്ടിപ്പൊ ട്ടിക്കരഞ്ഞപ്പോൾ...അപ്പോൾ, ഒരശരീരി ഉണ്ടായതായി നിങ്ങൾ ഓർക്കു ന്നില്ലേ? ആ അശരീരി എന്താണെന്നുവെച്ചാൽ... സ്നേഹവും ഭക്തിയും ഒത്തിണങ്ങിയ അവർക്ക് അത് ആശ്വാസത്തിന്റെ വിശറി നല്കുന്നതാ യിരുന്നു. അതെന്താണെന്നുവെച്ചാൽ.... നമ്മുടെ മരക്കാർ ഹാജി ഒരു രണ്ടാം കെട്ട് കെട്ടുക തന്നെ. അനിവാര്യമായ ഈ കെട്ട് നമ്മുടെ മതം പ്രോത്സാഹിപ്പിക്കുന്നുമുണ്ട്. ഇങ്ങനെ ബിയ്യുമ്മ എന്ന രാജാത്തിയുടെ ഭർത്താവായ മരക്കാർ ഹാജി രണ്ടാം കെട്ട് കെട്ടിയാൽ അതിൽ തങ്കം പോലുള്ളൊരു കുഞ്ഞ് ജനിക്കുമെന്നായിരുന്നു ആ മഹതിക്ക് കിട്ടിയ സന്ദേശം. അങ്ങനെ നമ്മുടെ ബിയ്യുമ്മ എന്ന പെണ്ണുങ്ങൾക്കിടയിലെ ഒന്നാം നമ്പർ തരുണി അന്നു രാത്രിതന്നെ മരക്കാർ ഹാജിയോട് ഇക്കാര്യം പറയുകയാണുണ്ടായത്. ഹാജിയാർ നേരത്തെത്തന്നെ ഒരു രണ്ടാം

കെട്ടിന് പുതി വെച്ചിരിക്കുകയായിരുന്നു. അപ്പോഴാണ് 'ഹാജിയാർ കൊ തിച്ചതും പെണ്ണ്, ഭാര്യ പറഞ്ഞതും പെണ്ണ്' എന്ന മഹത്തായ പഴമൊഴി ഉണ്ടായത്. ആയതിനാൽ മുന്നും പിന്നും നോക്കാതെ നമ്മുടെ ബഹു മാനപ്പെട്ട ഹാജിയാർ അതിനു സമ്മതിക്കുകയയും അയാളുടെ മകളാവാൻ പ്രായമുള്ള കന്യകയും സുന്ദരിയും കസ്തൂരിയുടെ ഗന്ധമുള്ളവളുമായ റെയ്ഹാനത്ത് എന്ന സുന്ദരിയെ കെട്ടുകയും ചെയ്തു.

ഈ പ്രത്യേക വിവാഹത്തിന്റെ എല്ലാ ഒത്താശകളും കർമ്മങ്ങളും നടത്തിക്കൊടുത്തതോ, നമ്മുടെ പ്രിയങ്കരിയായ ബിയ്യുമ്മ എന്ന രാജാ ത്തിയും. അവരുടെ ഭർത്തൃസ്നേഹവും ആവേശവുമൊക്കെ അന്ന് നേരിൽ കാണേണ്ടതു തന്നെയായിരുന്നു. റെയ്ഹാനത്തിനെ അണിയി ച്ചൊരുക്കി, ആഭരണങ്ങളണിയിച്ച്, സുഗന്ധം പൂശി മണിയറയിലേക്ക് ഉന്തിത്തള്ളി വിട്ടതും ബിയ്യുമ്മ തന്നെയായിരുന്നു. അവരുടെ ആ സ്നേഹം ഓർക്കുമ്പോൾ..... ഇവിടെ നിങ്ങളൊന്നാലോചിക്കണം. ഇതു പോലെ ഭർത്താവിനെ ജീവനു തുല്യം സ്നേഹിക്കുന്ന ഭാര്യമാർ ഈ ലോകത്ത് എവിടെയുണ്ടെന്ന് നിങ്ങൾ ചിന്തിക്കണം. അതുകൊണ്ട്, ഈ ബിയ്യുമ്മ എന്ന മഹതിക്ക് നാളെ മരിച്ചു ചെന്നാൽ സ്വർഗ്ഗം സുനിശ്ചിത മാണ്. അതിൽ യാതൊരു സംശയവുമില്ല.

ബിയ്യുമ്മ നിനച്ചതുപോലെ കല്യാണം കഴിഞ്ഞ ആ രാത്രി തന്നെ റെയ്ഹാനത്തിൽ മരക്കാർ ഹാജിയുടെ ബീജം പ്രവേശിക്കുകയും അന്നു തൊട്ട് കൃത്യം ഒമ്പതു മാസവും മൂന്നു ദിവസവും കഴിഞ്ഞപ്പോൾ റെയ് ഹാനത്ത് ഒരു സുന്ദരിക്കുട്ടിയെ പ്രസവിക്കുകയും ചെയ്തു. നിങ്ങളൊ ന്നാലോചിച്ചു നോക്കൂ... അല്ലാഹു വിചാരിച്ചാൽ ഇത്രയെ പണിയൊള്ളൂ. അല്ലാത്തപക്ഷം ആർക്കും ഒന്നിനും സാദ്ധ്യമല്ല. അത് സത്യം.

ഈ കുട്ടിക്ക് ചേറുമ്പ് ദേശത്തൊന്നുമില്ലാത്ത ഭംഗിയാർന്നതും അർത്ഥ സമ്പുഷ്ടവുമായ ഒരു നല്ല പേരിടണമെന്ന് നമ്മുടെ ബഹു മാന്യനും എന്റെ പിതാവിന്റെ സ്ഥാനത്ത് നിന്നിരുന്നവനുമായ ജനാബ് മരക്കാർ ഹാജി തന്നെയാണ് ചേറുമ്പ് നിവാസികളേ... എന്നോട് പറ ഞ്ഞത്. ഞാനെന്റെ കിത്താബായ കിത്താബിലൊക്കെയും ഉസ്താദുമാ രായ ഉസ്താദുമാരോടൊക്കെയും പറയുകയും വിശകലനം ചെയ്യുകയും ചെയ്തു. ചുരുക്കത്തിൽ ഒരായിരത്തിയൊന്നു പേരുകളും അതിന്റെ അർ ത്ഥങ്ങളുമെഴുതി ഞാനാ വലിയ ലിസ്റ്റ് നമ്മുടെ ബിയ്യുമ്മയെ ഏല്പി ക്കുകയാണുണ്ടായത്. അതിൽനിന്നും ബിയ്യുമ്മയും റെയ്ഹാനത്തും കൂടി തെരഞ്ഞെടുത്ത അതിമനോഹരമായ പേരാകുന്നു ജന്നത്ത് അഥവാ 'സ്വർഗ്ഗം.'

അങ്ങനെ ഞാൻ മൂന്നു നേരം ഭക്ഷണം കഴിച്ചും കിത്താബോതിയും വയള് പറഞ്ഞും കഴിഞ്ഞു പോരവെ, ജന്നത്ത് വളർന്നു വലുതാവാൻ തുടങ്ങി. അവൾക്ക് അന്നുതന്നെ എന്നോട് പെരുത്ത് ഇഷ്ടമായിരുന്നു. അവളെന്റെ മേൽ എത്രയോ തവണ മൂത്രമൊഴിച്ചിട്ടുണ്ട്. എത്രയോ തവണ എന്റെ കുസൻ താടി പിടിച്ചു വലിച്ച് എന്നെ വേദനിപ്പിച്ചിട്ടുണ്ട്.

എന്റെ കവിളിലും ചുണ്ടിലും തുരുതുരാ മുത്തങ്ങൾ തന്നിട്ടുണ്ട്. സത്യ ത്തിൽ ഈ ലോകത്ത് ഞാൻ ജീവിക്കുന്നുണ്ടെന്ന് തോന്നിയ നല്ല സന്ദർ ഭങ്ങളായിരുന്നു അതൊക്കെ. എന്തിനു പറയുന്നു, അങ്ങനെ ജന്നത്തിന്റെ വളർച്ച ഞാൻ കിനാവിലെന്നവണ്ണം കണ്ടുനിന്നു. അന്നേരത്തു തന്നെ യാണ് അവൾക്ക് പ്രത്യേകമായി മതപഠനം കൊടുക്കാൻ ബിയ്യുമ്മയും റെയ്ഹാനത്തും എന്നെ നിയോഗിച്ചത്. എനിക്കന്ന് മാസത്തിൽ ഇരുപ ത്തഞ്ചു രൂപ ശമ്പളവും തന്നിരുന്നു. അങ്ങനെ മദ്രസയിലും വീട്ടിലും ഞാനവളെ പഠിപ്പിച്ചു. ഇസ്ലാം കാര്യങ്ങളും ഈമാൻ കാര്യങ്ങളും വുളു വിന്റെയും നമസ്കാരത്തിന്റേയും ശർത്തും ഫർളും വലിയ അശുദ്ധിയും ചെറിയ അശുദ്ധിയും തമ്മിലുള്ള വ്യത്യാസങ്ങളും എന്നുവേണ്ട ഒട്ടന വധി കാര്യങ്ങൾ ഞാനവളെ പഠിപ്പിച്ചു. അങ്ങനെ ജന്നത്ത് എന്റെ മന സ്സിലും ഞാനവളുടെ മനസ്സിലും വളർന്നു പന്തലിച്ചു. ഇതിൽ സഹോദ രങ്ങളേ..... എന്തു തെറ്റാണുള്ളത്?

മുസ്ല്യാക്കന്മാരായ ഞങ്ങളും മനുഷ്യജീവികൾ തന്നെയല്ലേ? ഞങ്ങൾക്കും വിശപ്പും സ്നേഹവും കാമവും കരുണയും ദയയുമൊക്കെ ഉണ്ടാവില്ലേ? ഞങ്ങളും തിന്നുന്നത് ചോറു തന്നെയല്ലേ? അതുകൊണ്ട് ഇന്നയാളെ സ്നേഹിക്കാവൂ കാമിക്കാവൂ എന്നൊന്നും ആർക്കും പറയാനും പറ്റില്ലല്ലോ. നിങ്ങൾക്കുള്ള ഇണകളെ നിങ്ങളിൽനിന്നു തന്നെ സൃഷ്ടിച്ചു എന്നല്ലേ അല്ലാഹു സുബ്ഹാനഊതആല പറയുന്നത്? അങ്ങനെ ഞാനെന്റെ തുണയെ, ഇണയെ നാട്ടുപ്രമാണി മരക്കാർ ഹാജി യുടെ പുന്നാര മകൾ ജന്നത്തിൽ കണ്ടു. അവളെന്നെയും അതേപോലെ കരുതി. ഇതിൽ അണുമണി തൂക്കം തിന്മയില്ലെന്ന് നിങ്ങൾക്കറിയുമല്ലോ.

ഞങ്ങൾ അതീവരഹസ്യമായി പ്രണയം തുടങ്ങുമ്പോൾ എന്റെ പ്രായം മുപ്പത്തിയാറും ജന്നത്തിന്റെ പ്രായം പതിനാലുമായിരുന്നു. എന്നാൽ സുഹൃത്തുക്കളേ.... ശരീരം കൊണ്ടും മനസ്സുകൊണ്ടും അവ ളൊരു പതിനേഴുകാരിയേക്കാൾ മനോഹരിയായിരുന്നു. എന്താണതി നുള്ള കാരണമെന്നുവെച്ചാൽ ഒന്നിനും ഏതിനും ബുദ്ധിമുട്ടില്ലാത്തവർ നല്ല നിറവും ചേലുമുണ്ടാവുക സ്വാഭാവികമാണല്ലോ? ഇതുകൊണ്ടാ ക്കത്തെന്നെയാവാം എന്റെ പ്രിയങ്കരിയായ ആ ശിഷ്യക്ക് പ്രേമകലയിൽ വലിയ അവഗാഹമുണ്ടായിരുന്നത്. ഇതിൽ ചിന്തിക്കുന്നവർക്ക് ദൃഷ്ടാ ന്തമുണ്ടെന്ന് ഞാൻ പറയുന്നില്ല. എന്നാൽ പുതിയ തലമുറയിലെ പെൺ കുട്ടികൾ എത്ര പെട്ടെന്നാണിതൊക്കെ പഠിക്കുന്നതെന്ന് ആലോചിച്ചും ചിന്തിച്ചും ഞാൻ അന്തം വിട്ടിട്ടുണ്ട്. കാരണം, ആദ്യമായി അവളാണ് ആവേശത്തോടും വികാരത്തോടുംകൂടി എന്നെ ചുംബിച്ചത്. പിന്നെ അവൾ നിർബ്ബന്ധിച്ചപ്പോൾ, അപ്പോൾ മാത്രമാണ്, പേടിയോടെ, മടി യോടെ അവളുടെ ഉറുമാമ്പഴം പോലുള്ള മുഖത്തും ചോര തുളുമ്പുന്ന ചുണ്ടുകളിലും ഞാൻ മൃദുചുംബനങ്ങൾ നല്കിയത്. അതിനുശേഷം എനിക്ക് യാതൊരു മനസ്സമാധാനവും ഉണ്ടായിട്ടില്ല. ഞാനന്ന് പള്ളിയിൽ വന്ന് ആരും കാണാതെ തേങ്ങിത്തേങ്ങിക്കരഞ്ഞു: "നാഥാ നിന്നോട്

ഞാനിതാ മാപ്പപേക്ഷിക്കുന്നു. എനിക്ക് നീ പൊറുത്തു മാപ്പാക്കിത്തരേ
ണമേ..... നീ സകല തെറ്റുകളും പൊറുത്തു കൊടുക്കുന്നവും മാപ്പരുളു
ന്നവനുമാണല്ലോ......"

അങ്ങനെയിരിക്കുന്നതായ ആ സന്ദർഭത്തിൽ ബിയ്യുമ്മ എന്നവർ
ഞങ്ങളെ രണ്ടുപേരേയും കേൾപ്പിച്ചുകൊണ്ട് സന്തോഷത്തോടെ
ഇങ്ങനെ പറയുകയുണ്ടണ്ടായി: "ഞമ്മളെ ജന്നത്തിനെ മോല്യേരെ
കൊണ്ടുതന്നെ കെട്ടിച്ചണം. അവർ തമ്മിൽ നല്ല ചേർച്ചണ്ട്."

ഈ സുവാർത്ത കേട്ടതിൽ പിന്നെ എനിക്ക് ഉറക്കം വന്നില്ല. ഞാനി
ക്കാര്യം തിരിച്ചും മറിച്ചും കൂട്ടിയും കിഴിച്ചും വിശകലനം ചെയ്തു
നോക്കി. എന്നാൽ സത്യത്തിൽ ബിയ്യുമ്മയുടെ ഈയൊരു സുവാർത്ത
യാണ് ചേറുമ്പ് വാസികളേ.. മറ്റെല്ലാ പ്രശ്നങ്ങളുമുണ്ടാക്കിയത്.
കാരണം, ഞാനാ കാര്യം, അപ്പടി ഒരു മടയനെപ്പോലെ വിശ്വസിച്ചു. അങ്ങ
നെയാണ് ഞാനിക്കാര്യം തെല്ല് അഭിമാനത്തോടെ എന്റെ മാതാപിതാ
ക്കളോടു പറഞ്ഞത്. അവരാകട്ടെ, കേട്ടമാത്രയിൽ ഞെട്ടുകയും എന്നെ
ചീത്ത പറയുകയും ഇതിൽ നിന്നൊക്കെ പിന്തിരിപ്പിക്കാൻ ശ്രമിക്കുകയും
ചെയ്തു. ഞാനുണ്ടോ പിന്മാറുന്നു? ഞാനങ്ങനെ രണ്ടും കല്പിച്ച് മര
ക്കാർ ഹാജിയോട് ഇക്കാര്യം സൂചിപ്പിക്കുകയുണ്ടായി. അപ്പോൾ എന്തു
ണ്ടായി?

ചേറുമ്പ് ദേശക്കാരെ, ആ സന്ദർഭം നിങ്ങളൊന്നാലോചിച്ചു
നോക്കുക. അതിൽ വലിയൊരു ദൃഷ്ടാന്തമുണ്ട്. സൈനുദ്ദീൻ എന്ന
സുന്ദരനും പാവപ്പെട്ടവനുമായ ഒരു മുസ്ല്യാർ, ജന്നത്ത് എന്ന സുന്ദരിയും
ധനികയുമായ പെൺകുട്ടിയുടെ പിതാവ് മരക്കാർ ഹാജിയോട് അവരുടെ
വിവാഹത്തെക്കുറിച്ച് പറഞ്ഞതായ ആ സന്ദർഭത്തിൽ...

കൊട്ടാരം പോലുള്ള ആ വലിയ വീട് ഇളകി മറിയുന്ന ശബ്ദത്തിൽ
ആ നട്ടുച്ച നേരത്ത് പാവപ്പെട്ടവനും സുന്ദരനുമായ സൈനുദ്ദീൻ
മുസ്ല്യാരെ കാലുകൊണ്ടും കൈകൊണ്ടും മർദ്ദിച്ചവശനാക്കിയതായ ആ
സന്ദർഭത്തിൽ, അതു തടുക്കാനോ അരുതെന്ന് പറയാനോ ആളില്ലാതെ
പോയ ആ ഘട്ടത്തിൽ, സൈനുദ്ദീൻ മുസ്ല്യാരുടെ പ്രണയിനി ഹുസ്
നുൽ ജമാലിനെപ്പോലെ, അല്ലെങ്കിൽ ലൈലയെപ്പോല പൊട്ടിക്കരഞ്ഞു
കൊണ്ട് ക്രൂരനായ പിതാവിന്റെ കാല്ക്കല് വീണിട്ടില്ലായിരുന്നെങ്കിൽ....
എന്റെ പ്രിയപ്പെട്ട ചേറുമ്പ് സമുദായമേ..... നിങ്ങൾക്കു മുന്നിൽ നില്
ക്കുന്ന ഈ സൈനുദ്ദീൻ മുസ്ല്യാർ അന്ന് മയ്യത്താകുമായിരുന്നു. എന്നാൽ
സർവ്വശക്തനായ അല്ലാഹുവിന്റെ വിധിയില്ലാതെയോ കല്പനയില്ലാ
തെയോ ഈ ലോകത്ത് ഒരില പോലും വീഴുന്നില്ലെന്ന കാര്യം ഓർക്കു
മ്പോൾ മാത്രമാണ് സുഹൃത്തുക്കളേ എനിക്ക് മനസ്സമാധാനം കിട്ടുന്നത്.
അതുകൊണ്ട് ഈ നില്ക്കുന്ന ആൽമരമാണ് സത്യം, അതിനുമുകളി
ലുള്ള എണ്ണമറ്റ പച്ചിലകളാണ് സത്യം, വിശാലമായ ആകാശമാണ്
സത്യം, ഇവയുടെയൊക്കെ സ്രഷ്ടാവും രക്ഷിതാവുമായ അല്ലാഹുവാണ്
സത്യം-ജന്നത്ത് എന്റെ ലോലമായ ഹൃദയത്തിൽ കുറേ ചിത്രങ്ങൾ

വരച്ചു വെച്ചിരിക്കുന്നു. ഞാനവളുടെ ഹൃദയത്തിലും സുഗന്ധരേഖകൾ വരച്ചു വെച്ചിരിക്കുന്നു. ആയതിനാൽ ഒരു വെള്ളത്തുള്ളിയിൽ നിന്ന്, ഒരു രക്തപിണ്ഡത്തിൽനിന്ന്, മാംസപിണ്ഡത്തിൽനിന്ന് സൃഷ്ടിക്കപ്പെട്ട മനുഷ്യ സമുദായത്തിൽ, അവരവരുടെ ഇണകളെ അവർ സ്വമേധാ കണ്ടെത്തുമ്പോൾ അതെന്തിന്റെ പേരിലായാലും ശരി, അതു നിഷേധി ക്കുന്നവൻ മഹാപാപിയാകുന്നു. അതുകൊണ്ടാണ് മരക്കാർ ഹാജി നര കത്തീക്കുണ്ഡത്തിലെ ഒന്നാമനായിത്തീരട്ടെ എന്നു ഞാൻ പ്രാർത്ഥിക്കു ന്നത്. ഇതിൽ നിങ്ങളാരും സങ്കടപ്പെട്ടിട്ട് കാര്യമില്ല സഹോദരങ്ങളേ...."

അപ്പോൾ പിന്നെ ഉണ്ടായതായ സംഗതികൾക്കൊന്നിനും സൈനു ദ്ദീൻ മുസ്ല്യാർ ഉത്തരവാദിയല്ലെന്ന് ഹൃദയത്തിലുറപ്പിച്ച് നാവുകൊണ്ട് വെളിവാക്കി നാഥാ.... നിന്നോടിതാ ഞാനേറ്റു പറയുന്നു:

"എന്നെ വലിയ പള്ളിയിൽനിന്നും പുറത്താക്കിയത്, എനിക്ക് ഭ്രാന്താണെന്നു പറഞ്ഞു പരത്തിയത്, ഞാൻ ഓതിയോതി ഓന്തായവ നാണെന്നു പറഞ്ഞത്, എന്റെ ജന്നത്തിനു വേണ്ടി ഉന്നതമായ ഒരു ഗോ ത്രത്തിൽനിന്നു വേറെ വിവാഹാലോചന നടത്തിയത്–ഇതൊക്കെ മര ക്കാർ ഹാജി, ഒരു പാവം മനുഷ്യനും സത്യവിശ്വാസിയുമായ എന്നോടു ചെയ്ത അപരാധങ്ങളായിരുന്നു. ആയതിനാൽ എന്റെ ജന്നത്ത് ആത്മ ഹത്യ ചെയ്യാൻ കാരണമുണ്ടാക്കിയതായ അവളുടെ പിതാവിന് നീ ഇ ഹത്തിലും പരത്തിലും അതിനു തക്കതായ ശിക്ഷ നൽകേണമേ......"

ജനക്കൂട്ടം ഉച്ചത്തിൽ ആമീൻ പറയുന്നതു കേട്ടപ്പോൾ സൈനു ദ്ദീൻ മുസ്ല്യാർ വികാരഭരിതനായി. ദിവ്യബോധം ഉൾക്കൊണ്ട് മുസ്ല്യാർ വീണ്ടും പ്രാർത്ഥിച്ചു: "റബ്ബുൽ ആലമീനായ തമ്പുരാനേ..... ഞങ്ങളോട് നീ പൊറുക്കണമേ... ഈ ചേറുമ്പ് ദേശക്കാരായ മഹാ പാപികളോട് നീ എന്നും കരുണയുള്ളവനായിരിക്കേണമേ....."

ജനം വീണ്ടും ഭക്തിയോടെ ആമീൻ പറഞ്ഞു.

അന്നേരം, കരഞ്ഞുകൊണ്ടും പൊട്ടിപ്പൊട്ടിച്ചിരിച്ചു കൊണ്ടും ആ വലിയ ജനക്കൂട്ടത്തോടായി സൈനുദ്ദീൻ മുസ്ല്യാർ പ്രഖ്യാപിച്ചു: "സുഹൃ ത്തുക്കളേ.... ചേറുമ്പ് നിവാസികളേ... സത്യവിശ്വാസികളേ, അസത്യ വിശ്വാസികളേ... ഞാൻ ഓതിയോതി ഓന്തായ ഒരു മുസ്ല്യാരും ഭ്രാന്ത നുമല്ല. ഇതു സത്യം! സത്യം! മരക്കാർ ഹാജി പറയുന്നത് മുഴുവൻ കള്ളം! കള്ളം! കള്ളസത്യം പറയുന്നവന് നാളെ തക്കതായ ശിക്ഷയുണ്ട്. അവർക്കായി നരകത്തിൽ തീജ്ജ്വാലകൾ നാവു നീട്ടി കാത്തിരിക്കുക യാണ്. ആയതിനാൽ ഇത്രയും സത്യങ്ങൾ സത്യമായിപ്പറഞ്ഞുകൊണ്ട് എന്റെ ഇന്നത്തെ ഈ മതപ്രസംഗം മൂന്നു സ്വലാത്തോടുകൂടി പിരിച്ചു വിട്ടതായി പ്രഖ്യാപിച്ചു കൊള്ളുന്നു."

പെട്ടെന്ന്, ഭൂമിയിലൂടെ ആരോ തന്നെ വലിച്ചിഴയ്ക്കുന്നതായി സൈനുദ്ദീൻ മുസ്ല്യാർക്ക് അനുഭവപ്പെട്ടപ്പോൾ അയാൾ കണ്ണുതുറന്ന് ചുറ്റും പകയോടെ നോക്കി. ഒരു വലിയ ജനക്കൂട്ടം! അയാൾ മണ്ണിൽക്കി ടന്ന് പുളഞ്ഞതിനാൽ വെള്ള വസ്ത്രമാകെ ചുവന്ന നിറമായിത്തീർത്തി

രിക്കുന്നു. തലയിൽ പോലും മണ്ണ്. മുഖം നിറയെ വിയർപ്പ് കട്ടപ്പിടിച്ചു കിടന്നിരുന്നു. അയാൾ നാലു പാടും പതർച്ചയോടെ നോക്കി. ചെറിയൊരു വിടവ് അയാൾ തിരഞ്ഞു. വിടവ് കണ്ടതും ഭയാനകമായൊരാക്രന്ദനം പുറപ്പെടുവിച്ചതും അതിലൂടെ നുഴഞ്ഞു ചാടിയതും ഒപ്പമായിരുന്നു. എന്നാൽ ആ ചാട്ടത്തിൽത്തന്നെ കരുത്തരായ ഒന്നുരണ്ടു ചെറുപ്പക്കാർ മുസ്ല്യാരെ കെട്ടിപ്പിടിച്ചൊതുക്കി നിർത്തി. ആ തക്കത്തിൽ മരക്കാർ ഹാജി യുടെ നേതൃത്വത്തിലുള്ള മഹല്ല് കമ്മിറ്റി അംഗങ്ങളിലെ പ്രമുഖർ ചങ്ങ ലയെടുത്ത് ധൃതിയിൽ അയാളുടെ കൈകാലുകളിലിട്ടു. ജനം ആരവ ത്തോടെ ചിരിക്കുകയും കൂക്കുകയും പലതും പറയുകയും ചെയ്തു. സൈനുദ്ദീൻ മുസ്ല്യാർ കണ്ണുകൾ തലയ്ക്കു മുകളിലാക്കി കരഞ്ഞു.

"ചെലക്കാതെ നടന്നോ ഇജ്ജ്"

യുവാക്കൾ അയാളെ ഉന്തി. അയാൾ പതുക്കെ, ജനക്കൂട്ടത്തിനിട യിലൂടെ ചങ്ങല കിലുക്കി ആവേശത്തോടെ നടക്കാൻ തുടങ്ങി. അപ്പോൾ സൈനുദ്ദീൻ മുസ്ല്യാർ തനിക്ക് കഴിയുന്നത്ര ഉച്ചത്തിൽ വിളിച്ചു പറയു കയാണ്: "ആ സ്വർഗ്ഗപ്പൂന്തോപ്പിൽ ഉദ്യാനങ്ങളും താഴ്വരയിലൂടെ ഒഴു കുന്ന തേനാറുകളും വയസ്സൊത്ത മാദകത്തിടമ്പുകളും പതഞ്ഞ മധു ചഷകങ്ങളും....."

പോത്ത്

പഴമയുടെ ദുർഗ്ഗന്ധം കൊണ്ടുതന്നെയാവട്ടെ തുടക്കം. അങ്ങനെ തുടങ്ങിയാലും പുതുമയുടെ സുഗന്ധം പരത്തി തുടങ്ങിയാലും വലിയ കാര്യമൊന്നുമില്ലയല്ലോ? കഥയാണല്ലോ മുഖ്യം. പറഞ്ഞിട്ടെന്ത്? ഒരുപക്ഷേ, ഇത് വായിക്കുന്ന രമേശൻ മൂക്കു പൊത്തി മനംപുരട്ടലോടെ പറയുമാ യിരിക്കും: 'ഛെ! പഴമയുടെ അസഹനീയ ദുർഗ്ഗന്ധം..'

രമേശൻ ഉത്തരാധുനിക നിരൂപകനോ യുവകഥാകൃത്തോ അല്ല. എന്റെ അടുത്ത സുഹൃത്താണ്. അല്പം ലഹരി അകത്തുചെന്നാൽ (അതും ആരെങ്കിലും ഓസിയിൽ വാങ്ങിച്ചു കൊടുത്താൽ മാത്രം) അദ്ദേഹം സാഹിത്യമേ പറയൂ. സത്യം പറഞ്ഞാൽ സാഹിത്യത്തിൽ രമേശനെ മാത്രമേ എനിക്ക് പേടിയുള്ളൂ. ജീവിതത്തിൽ മന്തായി കുഞ്ഞാ ലിയെയും. കാരണം, രണ്ടുപേരും തീരെ ചിന്തിക്കാത്തവരും എന്തും ചെയ്യാൻ മടിക്കാത്തവരുമാകുന്നു. എന്നാലിങ്ങനെ പേടിക്കാൻ നിന്നാൽ എനിക്ക് കഥ എഴുതാൻ പറ്റുമോ? കഥ എഴുതിയില്ലെങ്കിൽ ജീവിക്കാൻ പറ്റുമോ? ചിന്തിക്കുന്നവർക്കും ചിന്തിക്കാത്തവർക്കും ഇതിൽ ചെറിയൊരു ദൃഷ്ടാന്തമുണ്ടെന്ന് സവിനയം പറഞ്ഞുകൊണ്ട് പഴമയിൽ തന്നെ തുടങ്ങട്ടെ...

ഒരു നാടൻ ഗ്രാമത്തിന്റെ സൗന്ദര്യം ഇപ്പോഴും കാത്തുസൂക്ഷിച്ചു പോരുന്ന ഇന്ത്യയിലെ ഏക സ്വച്ഛന്ദഗ്രാമമായ ചേറുമ്പ് ദേശത്ത്, ഒരു വെള്ളിയാഴ്ച രാവിൽ, കുളിർ നിലാവിൽ, പെട്രോമാക്സിന്റെ വെളിച്ച ത്തിൽ (കണ്ടില്ലേ... ഈ ഗ്രാമം ഇനിയും വൈദ്യുതീകരിച്ചിട്ടില്ല), പ്രത്യേകം സജ്ജീകരിച്ച സ്റ്റേജിൽ വെച്ച്, പ്രശസ്ത പണ്ഡിതനും വാഗ്മി യുമായ ചണ്ടിക്കുണ്ടിൽ സത്താർ കുഞ്ഞു മുസ്ല്യാർ മൈക്കിലൂടെ ഉച്ച ത്തിൽ വായിച്ചു:

–ആനച്ചണ്ടി ആലിഹാജി ഒരു പോത്ത്.

–മുരിപ്പറമ്പത്ത് ഹംസക്കുട്ടി ഒരു ആട്.

-വെളുമ്പാട്ടി കദിയമ്മുണ്ണി ഒരു പശു.

വായന പ്രത്യേക ഈണത്തിലും ആവേശത്തിലുമായിരുന്നു. ഒരു തരം ഓത്ത്. അതേ താല്പര്യത്തോടെത്തന്നെ ഇത്രയും വിലപ്പെട്ട വസ്തുക്കൾ സംഭാവന ചെയ്ത മഹാന്മാരെയും മഹതികളെയും പരിചയപ്പെടുത്തുകയും അവരുടെ സദ്ഗുണങ്ങൾ മാത്രം എണ്ണിപ്പറഞ്ഞ് മറ്റുള്ളവരെ പ്രലോഭിപ്പിക്കുകയും ചെയ്തു അയാൾ.

'കണ്ടോ... കണ്ടോ.. ഈ ലോകത്തിൽ എത്ര സമ്പാദിച്ചിട്ടെന്ത്? ആരും മരിച്ചുപോകുമ്പോൾ ഇങ്ങനെ വാരിക്കുട്ടിയുണ്ടാക്കിയ ഒരു നയാ പൈസ പോലും കൊണ്ടു പോകുന്നില്ല. എല്ലാവരും ഒന്നുമില്ലാതെ ജനിക്കുന്നു. ഒന്നുമില്ലാതെ തിരിച്ചുപോകുന്നു. അങ്ങനെ മരിച്ചു ചെല്ലുമ്പോൾ നരകശിക്ഷയിൽനിന്ന് നമ്മെ രക്ഷിക്കാൻ ഇതാ... ഇന്നിവിടെ സംഭാവന ചെയ്തതൊക്കെയേ ഉണ്ടാവൂ. ഇങ്ങനെ അകമറിഞ്ഞ് ദാനധർമ്മങ്ങൾ കൊടുത്താൽ സ്വർഗ്ഗം സുനിശ്ചിതം! അത് കൊണ്ട്, നമ്മുടെ നാട്ടുപ്രമാണിയും പള്ളിക്കാരണവരുമായ ആലി ഹാജിക്കും മുരിപ്പറമ്പത്ത് ഹംസക്കുട്ടിക്കും വെളുമ്പാട്ടി കദിയമ്മുണ്ണിക്കും സ്വർഗ്ഗത്തിൽ പ്രത്യേകം സജ്ജീകരിച്ച ഇരിപ്പിടമുണ്ടാകും. അതിൽ യാതൊരു സംശയവുമില്ല. ആലി ഹാജി ഇന്നിവിടെ സംഭാവന ചെയ്ത ഈ പോത്ത്, പരലോകത്ത് സ്വർണം കൊണ്ട പടച്ച ഒരു ആനയായി മാറും. ആ ആനപ്പുറത്ത് നമ്മുടെ ആലിഹാജി ഹൂറില്ലീങ്ങളുടെ അകമ്പടിയോടെ അങ്ങനെയങ്ങനെ നടന്നു നീങ്ങുമ്പോൾ....'

ആലോചിച്ചപ്പോൾ അയമുവിന് ആനന്ദം. സ്വർണം കൊണ്ട് പടച്ച ആന! ആനപ്പുറത്ത് ആനച്ചണ്ടി ആലി ഹാജി. അകമ്പടിക്ക് ഹൂറില്ലീങ്ങൾ!

അയമു കൂലിപ്പണിക്കാരനാണ്. അതും ആനച്ചണ്ടിയുടെ വീട്ടിൽ. എന്നിട്ടും അവന് സങ്കടം. കാരണമിതാണ്: ഹാജിക്ക് ഈ ദുനിയാവുതന്നെ ഒരു സ്വർഗ്ഗം. ആനകൾ രണ്ട് പോത്ത്, എരുമ, പശു, കാള, ആട് എന്നിവ മൂന്നു നാലു തൊഴുത്തു നിറയെ, നൂറേക്കറ പാടം. പറങ്കുച്ചിത്തോട്ടവും അടയ്ക്കാത്തോട്ടവും തെങ്ങിൻ തോട്ടവും കുരുമുളകും റബ്ബറും വിവിധ സ്ഥലങ്ങളിൽ. സുന്ദരിമാരും ചെറുപ്പക്കാരികളുമായ ഭാര്യമാർ. എല്ലാ ജാതിയിലും പെട്ട മദാലസകളായ ദാസികൾ വേറെയും. പ്രമുഖനും പ്രമാണിയും സുഖിയനും ആരോഗ്യവാനും. എന്തു പറഞ്ഞാലും ആർക്കും എതിർപ്പില്ല. എതിരുണ്ടായിട്ട് കാര്യമില്ല എന്ന കാര്യം വേറെ.

ഇതൊക്കെത്തന്നെയല്ലേ ഈ സ്വർഗ്ഗീയ സുഖം? ഹാജിക്ക് ഇനി എന്തിനാണ് ഇതിനപ്പുറമൊരു സുഖം? പരലോകത്തെത്തിയാലും മൂപ്പർക്ക് ഉഷാർ തന്നെ. സ്വർണ്ണം കൊണ്ട് ജീവനിട്ട ആന. പരിചാരികമാരായി കസ്തൂരിയുടെ ഗന്ധമുള്ള കന്യകമാർ.

അയമുവിന് രോമാഞ്ചമുണ്ടായി. അപ്പോൾത്തന്നെ ഓടിച്ചെന്ന് ഹാജി യാരെ കെട്ടിപ്പിടിച്ചൊരുമ്മ കൊടുത്താലോ എന്നവൻ ചിന്തിച്ചു.

മുസ്ല്യാർക്കാണെങ്കിൽ അതിലേറെ സുഖമാണ്. രാവിലെ രണ്ടു ഗ്ലാസ് ശുദ്ധമായ പശുവിൻപാൽ. പത്തു മണിക്ക് അരിപ്പത്തിരിയും കോഴിച്ചാറും. ഉച്ചയ്ക്ക് സമൃദ്ധമായ ചോറ്. വിഭവങ്ങൾ ധാരാളം. മീനോ ഇറച്ചി

യോ നിർബ്ബന്ധം. നാലു മണിക്ക് പലഹാരവും ചായയും. രാത്രി ചെറി
യരിക്കഞ്ഞിയും ചപ്പാത്തിയോ പത്തിരിയോ. ഒപ്പം കോഴി വരട്ടോ ആട്ടി
റച്ചിയോ. താമസിക്കാൻ ഒലിപ്പുഴയുടെ തീരത്ത് വൈക്കോൽ കൊണ്ടും
പച്ചമുള കൊണ്ടും താല്ക്കാലികമായി കെട്ടിയുണ്ടാക്കിയ കൊച്ചുപുര.
ഇതിനൊക്കെ പുറമെയാണ് ഒരുദിവസത്തെ പ്രസംഗത്തിന് മൂവായിരം
രൂപ കിട്ടുന്നത്! ഇതൊക്കെ ഭാഗ്യമല്ലേ! ഇത്തരം ധിമാന്തുകൾ അംഗീക
രിക്കാത്തിടത്തേക്ക് കയറിട്ട് വലിച്ചാലും മുസ്ല്യാർ പോകില്ലത്രെ. എന്നാലും
ചണ്ടിക്കുണ്ടിൽ മുസ്ല്യാർക്ക് വേണ്ടി കമ്മിറ്റിക്കാർ എല്ലാം അംഗീകരി
ക്കുന്നു. മൂപ്പർക്ക് വേണ്ടി ആളുകൾ പിടിവലി കൂടുന്നു.

ഇഹത്തിലിങ്ങനെ. പരത്തിലാകട്ടെ സ്വർഗ്ഗം ഉറപ്പുമാണല്ലോ?

തനിക്ക് ഇഹത്തിലും പരത്തിലും നരകം.

ജനിച്ചുവീണത് നരകക്കുണ്ടിൽ. വളർന്നതും ജീവിച്ചതും ജീവിക്കു
ന്നതും നരകപ്പാടത്ത്. സുഖം, സംതൃപ്തി, സമാധാനം എന്നൊക്കെപ്പറ
യുന്നത് എന്തെന്നുപോലും അറിയില്ല. ഇതിനൊക്കെ പുറമെ മരിച്ചു
ചെന്നാൽ രക്ഷയുണ്ടെന്ന് കരുതാനും വയ്യല്ലോ?

ഇതെന്തൊരു കഥ?

ചിലർക്ക് രണ്ടിടത്തും സ്വർഗ്ഗം. ചിലർക്ക് ഏതെങ്കിലുമൊരിടത്ത്
സ്വർഗ്ഗം. വേറെ ചിലർക്ക് രണ്ടിടത്തും രക്ഷയില്ല. നരകം തന്നെ. അങ്ങനെ
നോക്കുമ്പോൾ ആലി ഹാജിയും സത്താർ കുഞ്ഞു മുസ്ല്യാരും മഹാ
ഭാഗ്യവാന്മാർ!

സ്വർഗ്ഗം കിട്ടാനെന്തു വഴി?

അയമു കുറഞ്ഞ നേരം കൊണ്ട് ചിന്തിച്ചു നോക്കി. മുസ്ല്യാർ അയ
മുവിനെ ആശ്വാസിപ്പിക്കാനെന്നവണ്ണം മൈക്കിലൂടെ അതിനുള്ള വഴി
കൾ വിളിച്ചു പറഞ്ഞു: "നിങ്ങൾ മനസ്സറിഞ്ഞ് ദാനധർമ്മങ്ങൾ കൊടു
ക്കുക. പോത്താണെങ്കിൽ പോത്ത്. എരുമയാണെങ്കിൽ എരുമ. കോഴി
യാണെങ്കിൽ കോഴി. ഇതൊന്നിനും കഴിവില്ലെങ്കിൽ ഒരു കോഴിമുട്ടയെ
ങ്കിലും. നിങ്ങൾ നല്കുന്ന സാധനത്തിന്റെ വിലപോലെ, നിങ്ങളുടെ മന
സ്സിന്റെ പരിശുദ്ധി പോലെ ആയിരിക്കും നിങ്ങൾക്ക് പ്രതിഫലം കിട്ടുക."

"എനിക്ക് സ്വർഗ്ഗം വേണം മോല്യാരേ" എന്ന് വിളിച്ചുപറയാൻ അയ
മുവിന് തോന്നി. അതിന് പോത്തെവിടെ? തനിക്കാകെ സംഭാവന ചെയ്യാ
നാവുക ഒരുദിവസത്തെ പണിക്കൂലിയാണ്, വെറും നൂറ് രൂപ. അത്
കൊടുത്താൽ ഇന്നും നാളെയും അരപ്പട്ടിണി. എത്ര ദിവസം പട്ടിണി
കിടന്നാലും വേണ്ടില്ല, സ്വർഗ്ഗത്തിന്റെ മണമെങ്കിലും ശ്വസിക്കാൻ പറ്റി
യാൽ മതിയായിരുന്നു.

എന്താണീ ജീവിതം? എന്തിനാണീ ജീവിതം? ദൈവം ചിലർക്ക്
മാത്രം എല്ലാ സൗഭാഗ്യങ്ങളും നല്കുന്നതെന്ത്? ചിലർക്ക് ദൗർഭാഗ്യ
ങ്ങൾ മാത്രവും! എല്ലാം ദൈവത്തിന്റെ പരീക്ഷണങ്ങൾ. ഒന്നിനും
ഒരെത്തും പിടിയുമില്ല. ഏതായാലും ഇനി ഇങ്ങനെയങ്ങ് മരണംവരെ
ജീവിക്കുക തന്നെ. അല്ലാതെന്ത്?

മുസ്ല്യാർ വീണ്ടും പ്രാർത്ഥന തുടങ്ങി. തനിക്കേതായാലും സ്വർഗ്ഗ മുണ്ട് എന്ന മട്ടിൽ, ആലിഹാജിക്ക് സ്വർഗ്ഗം ഉറപ്പാക്കിക്കൊടുകയാണ്. സംഗീതാത്മകമായ ആ തേട്ടത്തിന്റെ സുഖം നുകർന്ന് ആളുകൾ കോരി അരിച്ചു. അവരുടെ മനസ്സിന്റെ എല്ലാ അറകളും താനേ തുറക്കപ്പെട്ടു. അകക്കണ്ണിൽ സ്വർഗ്ഗപ്പൂന്തോപ്പ് വളർന്ന് മണം പരത്തി. ആ ലഹരിയിൽ അവരറിയാതെ, ആവേശത്തോടെ, ഭക്തിയോടെ സകലരും സംഭാവന എഴുതി രേഖപ്പെടുത്തുന്ന മേശയ്ക്കരികിലേക്കോടി. ആലിഹാജി കണ്ണ ടച്ചിരുന്ന് സുഖമായുറങ്ങി.

സംഭാവന എഴുതുന്ന കുഞ്ഞാലൻ മാസ്റ്റർ അവിടേയും വകഭേദം കാട്ടി. പ്രധാനികളുടേത് ആദ്യം വാങ്ങി എഴുതി. പാവപ്പെട്ടവന്റെ അൻ പതും നൂറും ഒരു തരം പുച്ഛത്തോടെ വാങ്ങി.

ചുരുക്കത്തിൽ മുസ്ല്യാരുടെ വയള് ഏശി. ഏത് ക്രൂരന്റെയും മനസ്സ് സാവധാനം തുറക്കാനറിയുന്ന മാന്ത്രികത്താക്കോൽ അദ്ദേഹത്തിന്റെ കൈയിലുണ്ട് എന്നതുറപ്പ്. കമ്മിറ്റിക്കാർ പ്രതീക്ഷിച്ചതിലധികം വരു മാനം. മറ്റു സാധനങ്ങൾ വേറെ. എന്നിട്ടും മുസ്ല്യാർ നിർത്താൻ ഭാവമി ല്ലാതെ തുടർന്നു.

അയമു ആകെ അസ്വസ്ഥനായി. തല കറങ്ങുന്നു. കണ്ണ് മഞ്ഞളി ക്കുന്നു. അവൻ വെപ്രാളത്തോടെ വെളിച്ചത്തിൽനിന്നും കാനലിലേക്ക് മാറി ഒരു ബീഡി കത്തിച്ചു വലിച്ചു. അപ്പോളവന്റെ മനസ്സിൽ സ്വർഗ്ഗം പൂത്തു വിടരുകയായിരുന്നു. അവൻ ആ സ്വർഗ്ഗ സുഗന്ധത്തിൽ മതിവ രുവോളം നീന്തിത്തുടിച്ചു.

തന്റെ പേർ വായിക്കുന്നതും സ്വർഗ്ഗം കിട്ടാൻ മുസ്ല്യാർ പ്രാർത്ഥി ക്കുന്നതും കാത്ത് അയമു അക്ഷമനായി. അവൻ കുറെ പേരുകൾ വായി ക്കുന്നതു കേട്ടു. ഒക്കെ പ്രമുഖർ. വലിയസംഖ്യ ദാനം ചെയ്തവർ.

"ചെറിയ നക്കാപ്പിച്ചക്കൊന്നും മോല്യേര് ദുആർക്കുലത്തരെ. നീ വല്യ സംഖ്യ കൊടുക്കാതെങ്ങനെ?" ആരോ അയമുവിനോട് പറഞ്ഞു.

അവന് ഭയങ്കര ദേഷ്യം വന്നു: "എന്റെ അമ്പതും ഹാജിന്റെ പോത്തും പടച്ചോന്റെ മുന്നിൽ സമാസമാ..."

എന്നിട്ടും അയമുവിന്റെ പേർ വായിച്ചില്ല. അവനുവേണ്ടി പ്രാർത്ഥി ച്ചതുമില്ല. എന്നാൽ അത്യത്ഭുതമെന്നുതന്നെ പറയട്ടെ, "ആലി ഹാജി ഒരു പോത്ത്" എന്ന് മുസ്ല്യാർ ഇടയ്ക്കിടെ പറഞ്ഞു കൊണ്ടിരുന്നു. അയ മുവിന് കാര്യം പിടികിട്ടി. ഇരുപത്തയ്യായിരം രൂപയുടെ പോത്താണത്. രണ്ടുമൂന്നു തവണ പോത്തുപൂട്ട് മത്സരത്തിൽ ട്രോഫി നേടിക്കൊടുത്ത ചെമ്പൻ പോത്ത്! അതിനെയാണ് ഹാജി സംഭാവന ചെയ്തിരിക്കുന്നത്. ഇരുപത്തായ്യിയിരം ഉറുപ്പിക. സ്വർഗ്ഗം ഉറപ്പ്!

ഹാജിയെപ്പോലെ ഒരു പോത്തിനെ കൊടുക്കാനോ, ആയിരമോ, രണ്ടായിരമോ കൊടുക്കാനോ ആഗ്രഹമുണ്ടെങ്കിലും തനിക്കതിന് കഴി യില്ലെന്ന് പടച്ചോനറിയാമല്ലോ എന്നവൻ ചിന്തിച്ചു. ഒപ്പം അവന് സഹി ക്കാനാവാത്ത സങ്കടവും വന്നു.

ഇനി എന്തു ചെയ്യും?

സ്വർഗ്ഗം കിട്ടാനെന്തുവഴി?

എന്തായാലും എനിക്ക് സ്വർഗ്ഗം കിട്ടണം. ഇവിടുത്തെപ്പോലെ അവിടെ ജീവിക്കാൻ വയ്യ. മനുഷ്യനായാൽ എവിടെയെങ്കിലുമായി കുറച്ചൊക്കെ സുഖിക്കേണ്ടേ? ഇവിടുന്നില്ലെങ്കിൽ അവിടുന്നെങ്കിലും!

അയമുവിന് വല്ലാത്ത പൊറുതികേടനുഭവപ്പെട്ടു. ശരീരമൊന്നടങ്കം ഒരുതരം തരിപ്പ് വട്ടം ചുറ്റിയിറങ്ങുന്നതുപോലെ. ചെമ്പൻ പോത്തിന്റെ മണം തുളച്ചു കയറുന്നതു പോലെ..

വർഷങ്ങളായി ചെമ്പനെ തീറ്റിക്കുന്നതും കുളിപ്പിക്കുന്നതും മത്സ രത്തിൽ പൂട്ടുന്നതും അയമുവാണ്. പോത്തിന്റെ രാജകീയ ജീവിതം കാ ണുമ്പോഴൊക്കെ അയമു രസത്തിൽ ചിന്തിച്ചിട്ടുണ്ട്: ഞാനൊരു പോത്താ യിരുന്നെങ്കിൽ...

പോത്തായാൽ മരിച്ചു ചെന്നാൽ ചോദ്യമില്ല. ശിക്ഷയുമില്ല. പോത്തിന് രണ്ടിടത്തും സുഖം. ഒരല്ലലുമില്ല. പരമ സുഖം!...

ഇനിയല്പം പുതുമയുടെ സുഗന്ധമാവാം. ഇത് പുതുമയ്ക്കുവേണ്ടി പുതുമ ഉണ്ടാക്കിയതല്ല എന്ന് മാന്യ വായനക്കാരെ വിനയത്തോടെ ഉണർ ത്തുന്നു. ഇക്കഥ പൂർത്തീകരിച്ച് ഫുൾസ്റ്റോപ്പിടണമെങ്കിൽ ഈ പുതുമ അനിവാര്യമായിരുന്നതിനാൽ ചെറിയൊരു ഫാന്റസിയോടെ പുതുമ ഇതൾ വിടർത്തുകയാണ്...ശ്രദ്ധിച്ചാലും...

അയമുവിന്റെ മനസ്സിൽ തീപ്പൊരിച്ചിൽ. അതിന്റെ അസഹനീയ വേദ നയിൽപ്പെട്ട് ഒന്ന് പിടഞ്ഞപ്പോൾ, ഒരത്ഭുതംപോലെ അയമു നാലു കാലിൽ രൂപപ്പെട്ടു. പിന്നെ, അയമുവിന് ഒന്നും ഓർമ്മയില്ല. ഓർമ്മയു ള്ളത് പരിണാമദശയിലെ ആ സുഖവേദന മാത്രം! അപ്പോളവൻ നന്നാ യൊന്നമറി. ചെമ്പൻ തിരിച്ചമറി. ജനക്കൂട്ടത്തിനിടയിലൂടെ ആ മൃഗഭാ ഷണങ്ങൾ പതഞ്ഞൊഴുകി.

സംഭാവന നല്കിയവരുടെ ലിസ്റ്റ് നീണ്ടുനീണ്ടു പോയി. അതിനൊ പ്പിച്ച് പ്രാർത്ഥനയും കൂടി. ആളുകൾ ആമീൻ പറഞ്ഞു.

എന്നാൽ രസകരമെന്നുതന്നെ പറയട്ടെ, ഓർമ്മ നശിച്ച നമ്മുടെ അയമു അമറിത്തുള്ളി പതുക്കെപ്പെതുക്കെ ജനങ്ങൾക്കിടയിലൂടെ സാവ ധാനം നടന്നു. പലരും അത്ഭുതത്തോടെ വെളിച്ചത്തിൽ ലങ്കി മറിയുന്ന ആ പോത്തിനെ പേടിയോടെ നോക്കി. ചിലർ ആട്ടിത്തെളിച്ചു. എന്നാൽ നമ്മുടെ പോത്ത്, നിസ്സങ്കോചം വഴിയുണ്ടാക്കി, പതുക്കെപ്പെതുക്കെ സ്റ്റേജി ലേക്ക് നൂണ്ടു കയറി. മുസ്ല്യാർ പേടിയോടെ നാലുപാടും നോക്കി സ്റ്റേജിൽനിന്നും ചാടിയിറങ്ങി ഓടി. ആളുകൾ ബഹളം വെച്ച് സ്റ്റേജിനു ചുറ്റും കൂടി പോത്തിനെ പിടിക്കാനാഞ്ഞു.

അപ്പോഴേക്കും ജനക്കൂട്ടത്തെ ഒന്നടങ്കം ഞെട്ടിച്ചുകൊണ്ട്, ചിരപരി ചിതാഭ്യാസിയായ ഒരു വന്യജീവിയെപ്പോലെ ആ പോത്ത് സാവധാനം തന്റെ കൈകൾ പൊക്കി മൈക്കെടുത്ത് അതിഭീകരമായ ശബ്ദത്തിൽ ഇങ്ങനെ വിളിച്ചു പറഞ്ഞു: "തീട്ടക്കണ്ടത്തിൽ അയമു ഒരു പോത്ത്!"

കണ്ണികൾ

കാക്കപ്പറമ്പ് മഹല്ലിൽ മരണം നന്നേ കുറവാണ്. ജനനം ദിനം പ്രതി രണ്ടോ മൂന്നോ നടക്കുന്നു. ശാസ്ത്രത്തിന്റെ വളർച്ചയാണ് മരണ നിരക്ക് കുറയാൻ കാരണമെന്ന് യുവാക്കളും അതല്ല, ദൈവപരീക്ഷണ മാണിതെന്ന് ഭക്തരും പറയുന്നു. ഇരുകൂട്ടരും പറയുന്നതിൽ വലിയ സത്യ ങ്ങളൊന്നുമില്ലെങ്കിലും നാട്ടിൽ മരണം നടക്കാത്തതുമൂലം ജീവിതം വഴി മുട്ടിപ്പോയ ഒരു വിഭാഗത്തെച്ചൊല്ലി ഞാനാണ് ഏറെ വ്യാകുലപ്പെടുന്നത്. കാരണം പള്ളി മുക്രി അസൈനാരു കാക്ക, ഖാദി കുഞ്ഞവരാൻ മുസ്ല്യാർ, മരണവീടുകളിൽ *ഖുർആൻ* ഓതുന്ന ആലസ്സൻ മൊല്ല എന്നി വർ എന്റെ അടുത്ത സുഹൃത്തുക്കളാണെന്നതുതന്നെ. പള്ളിയിൽ നിന്നും കിട്ടുന്ന ദിവസക്കൂലി കൊണ്ടോ, നാട്ടുകാർ നേർച്ചയാക്കുന്ന വസ്തുവ ഹകൾ കൊണ്ടോ ഒന്നും തന്നെ ഈ പറയപ്പെട്ട മൂന്നുപേരും അവരുടെ കുടുംബവും സുഖമായി കഴിയാനിടയില്ല. ഇടയ്ക്കിടയ്ക്കുണ്ടാകുന്ന മര ണങ്ങളിൽ നിന്നാണ് ഈ മൂന്നുപേരും ഒരുപക്ഷേ, സമ്പാദിക്കുന്നതും സുഖിക്കുന്നതും സന്തോഷിക്കുന്നതും. ആരെങ്കിലും മരിച്ച വിവരം അറി ഞ്ഞാലാണ് മുക്രി അസൈനാരു കാക്ക മാനുപ്പാന്റെ മക്കാനിയിൽ കയറി രണ്ടു പൊറാട്ടയും ഒരു പ്ലേറ്റ് ഇറച്ചിയും ആനന്ദിച്ച് കഴിച്ച് അതിനും മേലെ ഒരു ഗ്ലാസ് പച്ചവെള്ളവും കുടിക്കാർ. അതുപോലെ അന്നുരാവിലെ മുതൽ വൈകുന്നേരംവരെ അയാൾ ബീഡിയിൽ നിന്നും സിഗരറ്റിലേക്ക് ചാടും. ഇതൊക്കെ അറിയുകയും കാണുകയും ചെയ്യുന്ന എനിക്കാവട്ടെ മരണം തീരെ കടന്നുവരാത്ത ഈ പ്രതിസന്ധിഘട്ടത്തിൽ ഇവരുടെ പ്രാരാബ്ധങ്ങൾ നികത്തിക്കൊടുക്കാനോ അവരെ സഹായിക്കാനോ കഴി യില്ല. അതിനാൽ ഞാനവരുടെ കഥ പറയാം.

ആദ്യമായി മുക്രി എന്ന അതീവ ഗൗരവപരമായ ജോലി എടുത്ത് ഉപജീവനം നടത്തുന്ന അസൈനാരു കാക്കയെ പരിചയപ്പെടാം.

മൂപ്പർക്ക് പ്രായം അൻപത്. കറുത്ത നിറം. ദൃഢമായ മാംസ പേശി കളുള്ള കുറുകിയ ശരീരം. ഈ അൻപതു കൊല്ലക്കാലത്തിനിടയിൽ എത്രയെത്ര മയ്യത്തുകളാണ് നരകത്തിലേക്കും സ്വർഗ്ഗത്തിലേക്കും സ്വന്തം കൈകൊണ്ട് അസൈനാരു കാക്ക എടുത്തുവെച്ചതെന്നോ? അതിന്റെ കൃത്യമായ കണക്ക് മൂപ്പർക്കും മൂപ്പരുടെ നല്ലവളായ ഭാര്യ കുഞ്ഞിമ്മുവിനും മാത്രമേ അറിയൂ. എന്തായാലും ഒരിക്കൽ അസൈ നാരു കാകയുടെ പരുപരുത്ത കൈകളിലൂടെ ഖബറിന്റെ ഇടുക്കത്തി ലേക്ക് ഇറങ്ങേണ്ടവരാണ് ഞങ്ങളെല്ലാവരും എന്ന ബോധം കാക്കപ്പറമ്പ് നിവാസികളെ നടുക്കുന്നു. ആ നടുക്കമായിരിക്കാം അസൈനാരു കാക്കയെ പൂർവ്വാധികം ശക്തിയോടെ ജീവിപ്പിക്കുന്നതും തന്റെ മരണ ത്തെക്കുറിച്ചുള്ള ചിന്ത അയാളിൽനിന്ന് എടുത്തു കളഞ്ഞതും.

ഇക്കാലയളവിനുള്ളിൽ മൂന്നു പെണ്ണുകെട്ടിയവനാണ് ഇദ്ദേഹം. കറു ത്തിരുണ്ട് ദേഹമാസകലം രോമങ്ങൾ നിറഞ്ഞ ജീവി. കണ്ണുകളിൽ എപ്പോഴും ആർത്തി. നെറ്റിയിൽ നിസ്കാരത്തഴമ്പ്, ഇടതു ചെവിയുടെ ഒത്ത നടുക്ക് പത്തു പൈസ വട്ടത്തിലുള്ള ഒരു വിടവ്. ആ ചെവിയിലും വലതുചെവിയിലും ചൂണ്ടുവിരലുകൾ തിരുകി പടിഞ്ഞാറോട്ട് തിരി ഞ്ഞാണ് അസൈനാരു കാക്ക ബാങ്ക് കൊടുത്ത് ഞങ്ങളെ പ്രഭാതത്തിൽ ഉണർത്തുന്നത്. ഇങ്ങനെ അഞ്ചു നേരങ്ങളിലെ നമസ്കാരത്തിന് ബാങ്ക് കൊടുക്കുക, പള്ളിഖാദി കുഞ്ഞവരാൻ മുസ്ല്യാർക്ക് മൂന്നു നേരങ്ങളിൽ തെരഞ്ഞെടുക്കപ്പെട്ട വീടുകളിൽ നിന്നായി ഭക്ഷണമെത്തിക്കുക, ആരെ ങ്കിലും മരണപ്പെട്ടതറിഞ്ഞാൽ മയ്യത്തു കട്ടിൽ തുടച്ചുവൃത്തിയാക്കി പിക്കാസും കൈക്കോട്ടും കത്തിയുമെടുത്ത് പള്ളിത്തൊടികയിൽ പോയി ഖബർ കുത്തുക, വെള്ളിയാഴ്ചകളിൽ അകപ്പള്ളി മുതൽ മുസ്ല്യാരുടെ മുറി വരെ വൃത്തിയാക്കി പായയും മുസല്ലയും വിരിക്കുക എന്നിത്യാദി ജോലി ചെയ്യുന്ന ഇദ്ദേഹത്തിന് മാസത്തിൽ കിട്ടുന്ന ശമ്പളം ഇരുനൂറ്റി അൻപത്. ഇത്രയും രൂപ കൊണ്ട് വേണം തന്റെ മൂന്നു ഭാര്യമാരേയും അതിൽ ജനിച്ച പതിനൊന്ന് മക്കളേയും തീറ്റിപ്പോറ്റാൻ.

ഇത്രയും തുച്ഛമായ സംഖ്യകൊണ്ട് ഈ ലോകത്ത് ഒന്നും ഭംഗി യായി നടത്താനാവില്ലെന്നത് സത്യം. അപ്പോൾ പിന്നെ ആഴ്ചയിൽ രണ്ടു ഖബറെങ്കിലും കിട്ടാതെ ഇയാളെങ്ങനെയാണ് ജീവിക്കുക? പണക്കാരുടെ ഖബറിന് നൂറും പാവപ്പെട്ടവരുടെ ഖബറിന് അൻപതും രൂപയാണ് പ്രതി ഫലം. അതു മാത്രമല്ല മരണം നടക്കുന്നതോടെ ഒരാഴ്ച മൗലുദും യാസീൻ ഓത്തും ഉറപ്പ്. ആ ദിവസങ്ങളിലൊക്കെ ചായക്കാശ് പുറമെ യും! അപ്പോൾ ആഴ്ചയിൽ രണ്ടു മരണങ്ങൾ (ഒന്ന് വലിയ വീട്ടിൽ നിർബ്ബന്ധം) നടക്കണമെന്ന് അസൈനാരു മുക്രി പ്രാർത്ഥിക്കുന്നതിലെ ന്താണ് സുഹൃത്തുക്കളെ ഒരു തെറ്റ്?

അസൈനാരു കാക്കയേക്കാൾ കുറച്ചുകൂടി ഉന്നതമായ പദവിയിൽ കഴിയുന്ന കുഞ്ഞവരാൻ മുസ്ല്യാരും ഏറെ ദുഃഖിതനും പ്രാർത്ഥനാനിര തനുമാണ്. മൂപ്പർ മനഃസമാധാനത്തോടെ ഒന്നുറങ്ങിയിട്ട് കൃത്യമായിപ്പ

റഞ്ഞാൽ രണ്ടുമാസം കഴിഞ്ഞു. ഇതിനിടയിൽ കാക്കപ്പെറമ്പ് മഹല്ലിൽ ആരും മരിച്ചില്ല. ദൈവത്തിന്റെ പുതിയ പരീക്ഷണമാണിതെന്ന് കരുതി സമാധാനിക്കാമെങ്കിലും പള്ളിയിൽനിന്നുകിട്ടുന്ന ആയിരം ഉറുപ്പിക കൊണ്ട് എങ്ങനെയാണ് ഇക്കാലത്ത് കുഞ്ഞവറാൻ മുസ്ല്യാർ ജീവിക്കുന്നതെന്ന് പള്ളി പ്രസിഡന്റ് ചക്കക്കാട്ടിൽ ആലി ഹാജിയോ മുമ്പിലാൻ അയമു മാസ്റ്ററോ ഇതുവരെ ചിന്തിച്ചിട്ടില്ല. അതിനുകാരണം ഈ രണ്ടു മഹാവ്യക്തികളും നാളിതു വരെ വിശപ്പോ ബുദ്ധിമുട്ടുകളോ അനുഭവിക്കാത്തവരാണെന്നതാണ്.

അല്ലെങ്കിൽ നിങ്ങളൊന്ന് ഓർത്തുനോക്കൂ. കേവലം മുപ്പത്തഞ്ചു കാരനായ ഒരു യുവാവല്ലേ നമ്മുടെ ഖാദി കുഞ്ഞവറാൻ മുസ്ല്യാർ? മുസ്ല്യാരെ കണ്ടാൽത്തന്നെ ഒരു ഐശ്വര്യമാണ്. നീണ്ട മൂക്ക്. ഈമാൻ തളം കെട്ടിനില്ക്കുന്ന നീണ്ട മുഖം. ആ മുഖത്തിന് ശാന്തി പകരുന്ന തിളങ്ങുന്ന ഉണ്ടക്കണ്ണുകൾ. നീണ്ടു കറുത്ത താടിയും തലയിലെ വാലുള്ള ഓയിൽമുണ്ടു കെട്ടും. നീണ്ടു വെളുത്ത കുപ്പായവും തുണിയും. ഇതിനൊക്കെയൊത്ത വെളുത്തു മെലിഞ്ഞ ശരീരവും.

മതി. മുസ്ല്യാരെ കണ്ടാൽ നല്ല സൗഖ്യത്തിൽ കഴിയുന്നയാളാണെന്ന് നിങ്ങൾക്ക് തോന്നാം. എന്നാൽ ഇദ്ദേഹത്തിനും രണ്ടാണും നാലു പെണ്ണു മായി മക്കൾ ആറ്. ഒരേഴുകൊല്ലം കൂടിക്കഴിഞ്ഞാൽ മൂത്തമകൾ റെയ്ഹാ നത്തിനെ കെട്ടിക്കാനാവും. അതു മാത്രമല്ല മുപ്പരുടെ പ്രശ്നം. പ്രായ മായ ഒരു വല്യുമ്മ, വയസ്സനായ ഉപ്പ, ഉമ്മ, അന്ധയും വിധവയുമായ ഒരു പെങ്ങൾ. ഭർത്താവ് മരണപ്പെട്ടതിനെത്തുടർന്ന് കുഞ്ഞവറാൻ മുസ്ല്യാ രുടെ കൂടെ കഴിയുന്ന മറ്റൊരു പെങ്ങൾ കദീജയും നാലു മക്കളും. ഇക്കണ്ട ആളുകൾക്കൊക്കെയായി റേഷൻ കാർഡിൽ മുപ്പത്തിനാലു യുണിറ്റ് അരിയുണ്ട്. ഓരോ ആഴ്ചയിലും കാർഡിലെ അരി മാത്രം വാങ്ങി ക്കുന്നതിനു തന്നെ ഇരുന്നൂറു രൂപയെങ്കിലും വേണം. പിന്നെ പലചരക്കു സാധനങ്ങൾ വേറെയും. ഇതിനൊക്കെ ആകെയുള്ളത് ഈ ആയിരം രൂപയും. ഇതുകൊണ്ടാക്കെ എങ്ങനെയാണ് മുസ്ല്യാരെ നിങ്ങൾ കഴി യുന്നതെന്ന് ആരെങ്കിലും മനസ്സറിഞ്ഞ് ചോദിച്ചാൽ മുപ്പര് ഭവ്യതയോടെ പറയുക ഇങ്ങനെയായിരിക്കും: "ഒക്കെ പടച്ചോന്റെ ഓരോരോ കുദ്റത്ത്. ഒരു തരം അഡ്ജസ്റ്റ്മെന്റാണെല്ലാം. ജനിച്ചു പോയില്ലേ. ഇനി എങ്ങനെ യെങ്കിലും മരിച്ചാൽ മതി. അത്ര തന്നെ."

അതുകേട്ട് വീണ്ടും നിങ്ങൾ എന്തെങ്കിലും പറഞ്ഞാൽ അദ്ദേഹം പറയുക ഇങ്ങനെയായിരിക്കും: "അല്ലാഹു വായ കീറീട്ടുണ്ടെങ്കിൽ ആ ജീവിക്കുള്ള ഭക്ഷണവും ഉണ്ടാക്കിവെച്ചിട്ടുണ്ടാവും. തീർച്ച."

ഇതൊക്കെ ശരി തന്നെയാണ്. അതുകൊണ്ടുതന്നെ ആഴ്ചയിൽ ഒരു മരണമെങ്കിലും കിനാക്കാണുന്നത് മുസ്ല്യാരുടെ ജീവിതവുമായി അടു ത്തിടപഴകിയവർക്ക് അത്ഭുതത്തിന് വക നല്കില്ല. ഒരിക്കലും. മരണം നടന്നാൽ എല്ലാം കൂടി പത്തഞ്ഞൂറിൽപ്പരം രൂപ തടയും. മരണദിവസങ്ങ ളിലെ വട്ടച്ചെലവും മറ്റും ഭംഗിയായി കഴിയുകയും ചെയ്യും. അതിനൊക്കെ പുറമെ വയള് പറയാൻ പോയാലും സംഗീത ഉപകരണങ്ങളില്ലാതെ

കഥാപ്രസംഗം നടത്തിയാലും കിട്ടും പൈസ. എന്നാൽ വയളിനും കഥാ പ്രസംഗത്തിനുമൊക്കെ ഇപ്പോൾ തീരെ ആളെ കിട്ടാത്തതിനാൽ അതും നന്നേ കുറവ്. ജനങ്ങളൊക്കെ വായിച്ചറിയുകയാണ്. രാപ്രസംഗം ആർക്കും വേണ്ട. അതിനാൽ ഖാദിക്ക് വരുമാനവുമില്ല. ഇങ്ങനെയൊ ക്കെയായിട്ടും അസൈനാരു കാക്കയ്ക്കും ആലസ്സൻ മൊല്ലയ്ക്കുമൊക്കെ മുസ്ല്യാർ പണം കടം കൊടുക്കാറുണ്ട്. തിരിച്ചു കിട്ടില്ലെന്ന അറിവോടെ ത്തന്നെ. അപ്പോൾ നമ്മുടെ ഖാദി കുഞ്ഞവരാൻ മുസ്ല്യാരും മഹല്ലിൽ മ രണം നടക്കാത്തതിൽ ബുദ്ധിമുട്ടുന്നവനും ദുഃഖിതനുമാണണ്ന്ന് സാരം.

ഇനി നമുക്ക് ആലസ്സൻ മൊല്ലയുടെ വീട്ടിലേക്ക് ചെല്ലാം. ആള് പര മശുദ്ധൻ, ഭക്തൻ. ആരോഗ്യവാൻ. പക്ഷേ, മിക്ക നേരത്തും മൂപ്പർ ബേജാ റിലാണ്. എന്നുവെച്ചാൽ ഒരുതരം അസ്വസ്ഥത. വെപ്രാളം. ഈ നിമിഷം ലോകാവസാനമുണ്ടാകുമോ, അതോ താൻ ഉടനെ മരിച്ചുപോകുമോ എന്നൊക്കെയുള്ള ബേജാറിനേക്കാൾ മൊല്ലാക്കയെ അലട്ടുന്ന പ്രശ്നം അരി വാങ്ങുക എന്ന മർമ്മപ്രധാനമായ കാര്യമാണ്. അഞ്ചു നേരങ്ങ ളിലും ഇമാമിന്റെ കൂടെനിന്ന് നിസ്കരിക്കുക, വീട്ടിൽ ഓടിയെത്തി ഉള്ളത് നന്നായി ഭക്ഷിക്കുക, മാനുപ്പയുടെ മക്കാനിയിൽ നിന്ന് ഇടവിട്ടിടവിട്ട് കാലിച്ചായ കുടിക്കുക, അരി വാങ്ങാൻ കാശ് സംഘടിപ്പിക്കുക, അത് തരപ്പെട്ടില്ലെങ്കിൽ കാണുന്നവരോടൊക്കെ ഈ ആഴ്ചത്തെ അരി വാങ്ങി യില്ലല്ലോ എന്ന് വേദനയോടെ പറയുക എന്നിവയാണ് ആലസ്സൻ മൊ ല്ലയുടെ ജീവിതശൈലി. വയസ്സായെങ്കിലും ഒരു നല്ല മുസ്ല്യാരുടെ ഭാവവും താടിയും മൂപ്പർക്ക് സ്വന്തമായുണ്ട്. പറഞ്ഞിട്ടെന്ത്, മൂപ്പർക്കിഷ്ടമില്ലാത്ത കാര്യം സ്വന്തം മക്കളല്ല, മഹല്ലിലെ ആരുതന്നെ ചെയ്താലും അയാൾ മുഖം നോക്കാതെ ചീത്തപറയും. അതിൽ യാതൊരു സംശയവുമില്ല.

ഉദാഹരണത്തിന് നിങ്ങൾ ഉച്ചനേരത്ത് ആലസ്സൻമൊല്ലയെ കണ്ടു എന്നു വിചാരിക്കുക. മൂപ്പർ ചോദിക്കും: 'എടാ...ഇജ്ജ് ന് ളുഹ്ർ നിസ് കരിച്ചോ?' ഇല്ല എന്നാണ് ഉത്തരമെങ്കിൽ തെറി യഥേഷ്ടം. ഒപ്പം ചെറിയ ഒരു പ്രസംഗവും. അതേ എന്ന് അസത്യം പറഞ്ഞാൽ ഉടനെ പത്തു രൂപ കടം. അടുത്താഴ്ച മകൻ വന്നാൽ തരാമെന്ന ഉറപ്പിന്മേൽ.

അതുപോലെ അയൽക്കാരി പെണ്ണുങ്ങളെ എവിടെ വെച്ചു കണ്ടാലും ആലസ്സൻ മൊല്ല വിളിച്ചു പറയും:

"എടീ...അന്റെ പള്ള കാട്ടണ്ടണ്ട ഇജ്ജ്.."

"അന്റെ തലീം മൊലീം മറച്ചോ.. ഇജ്ജ്.."

ഇതൊക്കെ കേട്ട്കേട്ട് തഴമ്പിച്ച മഹല്ലിലെ ജനങ്ങൾ മൂപ്പരെ കാണു മ്പോൾ മാറി നിൽക്കുകയും കളിയാക്കി ചിരിക്കുകയും ചെയ്യാറുണ്ട്.

മൂപ്പരുടെ കുടുംബം: മൂന്ന് ആൺമക്കൾ. രണ്ടു പെൺമക്കൾ. നാ ട്ടുകാരരും അനുസരിക്കാത്തതുപോലെത്തന്നെ ആലസ്സൻ മൊല്ലയുടെ ഒരു കൽപനയും ഒരൊറ്റ മക്കളും ഇതുവരെ ചെവിക്കൊണ്ടിട്ടില്ല. അതി നാൽ എല്ലാവരും രക്ഷപ്പെട്ടു. ഒരുത്തൻ ഗൾഫിൽ. മറ്റൊരുത്തൻ മീൻ കച്ചവടക്കാരൻ. വേറൊരുത്തൻ സിനിമാ കൊട്ടകയിൽ ടിക്കറ്റ് മുറിക്കു

നവൻ. പെൺമക്കൾ സുന്ദരിമാരായതിനാൽ വളരെ നേരത്തെ തന്നെ ഓരോരോ വയസ്സൻ പണക്കാർ സ്വന്തമാക്കി. അതിനാൽ അവരുടെ ജീ വിതം പരമസുഖം.

മൊല്ലാക്കയുടെ കുടുംബാംഗങ്ങൾ ഇങ്ങനെയൊക്കെ സൗഖ്യത്തി ലാണെങ്കിലും മൂപ്പരുടെ കാര്യം മഹാകഷ്ടത്തിലാണ്. വീട്ടിൽ മൊല്ലാ ക്കയും ഭാര്യയും ഇളയ മകൻ സിദ്ദീഖും. ബാക്കിയുള്ളവരൊക്കെ സ്വന്ത മായി സ്ഥലം വാങ്ങി, വീടുവെച്ച് മക്കളേയും ഭാര്യമാരേയും നോക്കിയും രസിപ്പിച്ചും സസുഖം കഴിയുന്നു. ഇടയ്ക്ക് എന്തെങ്കിലും കൊടുത്തെ ങ്കിൽ അതായി. എന്നാൽ ഇളയ മകൻ സിദ്ദീഖിനെ ആലസ്സൻ മൊല്ലയ്ക്ക് കണ്ണെടുത്താൽ കണ്ടുകൂട. അതിനു കാരണം സിദ്ദീഖ് ആലസ്സൻ മൊല്ല പറഞ്ഞതു കേൾക്കാതെ സിനിമാ ടാക്കീസിൽ ടിക്കറ്റ് മുറിക്കാൻ പോയ താണ്. സിദ്ദീഖ് വലിയൊരു മുസ്ല്യാരായി കാണാനായിരുന്നു മൊല്ലാ ക്കയ്ക്ക് ആഗ്രഹം. പറഞ്ഞിട്ടെന്ത്? അവൻ ഹറാമായ കാര്യത്തിന് പോയി പൈസയുണ്ടാക്കി. ഇതുകൊണ്ടുതന്നെ അവനെക്കണ്ടാൽ അയാൾ ചീത്ത പറയും. നമസ്കരിക്കാത്തതിനും ഹറാമായ ജോലി ചെയ്ത് ജീവി ക്കുന്നതിലും. എന്നാൽ വിരുതനായ സിദ്ദീഖാവട്ടെ, ബാപ്പയെ കാണു മ്പോൾത്തന്നെ കീശയിൽനിന്ന് പത്തു രൂപയോ ഇരുപത് രൂപയോ എടുത്തു നീട്ടും. അതോടെ എല്ലാം ക്ലോസ്. മൊല്ലാക്ക എല്ലാം മറന്ന്, ആ പത്തു രൂപയിൽനിന്ന് രണ്ടു രൂപ ചായയ്ക്കും, രണ്ടുരൂപ ഭാര്യക്കായി വെറ്റില, പുകയില, അടയ്ക്ക എന്നിവയ്ക്കും നീക്കി വെച്ച് ബാക്കി അ രി വാങ്ങാനോ പലവക സാധനങ്ങൾ വാങ്ങാനോ വിനിയോഗിക്കും.

ഏക ആശ്വാസം മരണങ്ങളായിരുന്നു. ഒരാൾ എവിടെയെങ്കിലും മരിച്ചാൽ ആരുടെയും അനുവാദം ചോദിക്കാതെത്തന്നെ മൃതദേഹത്തി നരികിൽ ഒരു സ്റ്റൂൾ എടുത്തിട്ട് മൊല്ലാക്ക *ഖുർആൻ* ഓതാൻ തുടങ്ങും. പിന്നെ പത്തുപതിനഞ്ചു ദിവസം സ്ഥിരം ഓത്താണ്. ഈ ഓത്തു വകയിൽ പലതും ഒക്കും. നല്ല ഭക്ഷണം, പുത്തൻ തുണി, പണം... അതോടെ ഒക്കെ പഴയമട്ട്.

അതിനാലിപ്പോൾ മരണങ്ങൾ തീരെ എത്തിനോക്കാത്തതിനാൽ ആലസ്സൻ മൊല്ലയും അതീവ ദുഃഖിതനാണ്. ഈ ദുഃഖം എനിക്കു മാ ത്രമേ അറിയൂ. അതിനാൽ ഞാനീ മൂന്നു പേരെയും കാണുമ്പോൾ വഴി മാറി നടക്കുന്നു.

അങ്ങനെ ഞാൻ വഴിമാറി നടക്കുകയും കാകപ്പറമ്പ് മഹല്ലിൽ നിന്ന് മരണം അകന്നകന്ന് പോകുകയും ചെയ്തതോടെ മഹല്ല് നിവാസികൾ മരണത്തെ പേടിക്കേണ്ടാത്ത ഒരവസ്ഥയിൽ എത്തുകയും സന്തോഷി ക്കുകയും ചെയ്തു. എന്നാൽ ഈ പറയപ്പെട്ട മൂന്നു പേർക്കും ആഹ്ലാദമോ സന്തോഷമോ തീരെ ഉണ്ടായില്ല. അവർ ദുഃഖിച്ച് ദുഃഖിച്ച് സ്വയം ഉരുകി കണ്ണീർ പൊഴിച്ച് മരണത്തിന്റെ ഇലയനക്കം കാതോർത്ത് ഒതുങ്ങി യിരുന്നു. അങ്ങനെ മുക്രി അസൈനാരു കാകയും കുഞ്ഞവരാൻ മുസ്ല്യാരും ആലസ്സൻ മൊല്ലയും വീണ്ടും വീണ്ടും എന്റെ മാത്രം ഉറക്കം

കെടുത്തി. എന്നാൽ അത്യത്ഭുതമെന്നു തന്നെ പറയട്ടെ, ഇന്നു രാവിലെ ഞാൻ ഞെട്ടിയുണർന്നത് അസാധാരണമായ ഒരു സ്വപ്നം കണ്ടു കൊണ്ടായിരുന്നു...

മുക്രി അസൈനാരു കാക്കയുടെ പെട്ടെന്നുള്ള മരണത്തോടെ തുട ങ്ങുന്ന കിനാവ് കുഞ്ഞവറാൻ മുസ്ല്യാർ, ആലസ്സൻ മൊല്ല എന്നിവരുടെ അടുപ്പിച്ചടുപ്പിച്ചുള്ള മരണത്തോടെ അവസാനിക്കുന്നു. മൂന്നു മരണങ്ങളും ഓരേ ദിവസം പല നേരങ്ങളിലായി നടക്കുന്നു.

അവസാനം ജനം അത്ഭുതത്തോടേയും പേടിയോടെയും പരസ് പരം ചോദിക്കുന്നു:

–ആരാണിനി ഖബർ കുത്തുക?

–ആരാണിനി മയ്യത്ത് നമസ്കരിക്കുക.

–ആരാണിനി മയ്യത്തിന്റെ തലയ്ക്കിലിരുന്ന് ഓതുക?

ആർക്കും ഉത്തരമില്ലാത്ത വല്ലാത്തൊരവസ്ഥയിൽ ഞാൻ ഞെട്ടി യുണർന്നു. പേടിയോടെ പൂമുഖത്തെത്തുമ്പോൾ എന്റെ ഉപ്പ, ഉമ്മയോട് വളരെ സങ്കടത്തോടെ ഇങ്ങനെ പറയുന്നതു കേട്ടു: "പടച്ചോന്റെ ഓരോരോ കല്യാളേയ്... ഇത്തരീം കാലം ഒരാളും മരിച്ചാതിരുന്നപ്പളേ ഇച്ച് ഇങ്ങനെയൊക്കെ തോന്നീതാണ്."

ഉപ്പ ഒന്നു നിർത്തി. ഞാൻ ജിജ്ഞാസയോടെ കാത് കൂർപ്പിച്ചു. അപ്പോൾ ഉമ്മ ചോദിക്കുന്നു: "എപ്പളേ ഇദൊക്കെ നടന്നത്?"

"എന്ത്ഥാ പറീണു... ഏശാ നിസ്കാരം കഴിഞ്ഞ് ചോറ് ബെയ്ച്ച് കടന്നതാത്തരെ മോല്യേര്. സുബഹിക്ക് ബാങ്ക് കേൾക്കാത്തോണ്ട് മോല്യേമാരുട്ട്യാള് മുക്രിയ കാത്തു. നേരം പറ്റെ വെളുത്തിട്ടും അസൈനാരെ കണ്ടില്ല. അതോണ്ട് മോല്യേരെ വിളിക്കാൻ കുട്ട്യോള് മുറി ചെന്നപ്പൊ കുഞ്ഞവറാൻ മുസ്ല്യാർ സുഖമായി മരിച്ചു കിടക്കുകയായിരുന്നുത്രേ...

–ന്റെ റബ്ബേ......

"അസൈനാരെ നോക്കി ആള് പോകുമ്പളാ... ഓന്റെ മകൻ സമദ് ഓടിക്കിതച്ചെത്തി മൂപ്പരു മരിച്ച കാര്യം പറയുന്നത്...."

–ന്റെ ബദ്‌രീങ്ങളെ....

"പിന്നെ, ദാ...ഇപ്പളാ...ആലസ്സൻ മരിച്ച വിവരം പള്ളിയിലറിയുന്നത്...."

ഞാൻ എല്ലാം കേട്ടു കഴിഞ്ഞപ്പോൾ ഇടി തട്ടിയവനെപ്പോലെയായി. കണ്ണുകളിൽ അന്ധാളിപ്പ്. ചങ്കിൽ വെള്ളം വറ്റി. നാവ് ചത്തു. ചുണ്ടു കൾ വരണ്ടുണങ്ങി... കൈകാലുകൾ വിറയ്ക്കാൻ തുടങ്ങി... അതിന്റെ യൊക്കെ അവസാനം, അർദ്ധബോധത്തോടെ വളരെ പതുക്കെ നടന്ന്, ഞാനെന്റെ കിടക്കയിൽ കയറി കണ്ണടച്ച് നീണ്ടു നിവർന്നു കിടന്നു.

അപ്പോൾ എനിക്കു മുകളിൽ അശരീരി:

–ആരാണിനി ഖബർ കുത്തുക?

–ആരാണിനി മയ്യത്ത് നമസ്കരിക്കുക?

–ആരാണിനി മയ്യത്തിന്റെ തലയ്ക്കലിരുന്ന് ഓതുക?

–ആരാണിനി....?

ഏഴു കിനാവുകളും ഏഴു രാത്രികളും

കിനാവുകൾ എന്റെ ദൗർബല്യങ്ങളായിരുന്നു. നന്നേ ചെറുപ്പം തൊട്ടേ ഞാനൊത്തിരി കിനാവുകൾ കാണുകയും അനുഭവിക്കുകയും ചെയ്തിട്ടുണ്ട്. അങ്ങനെ സ്വപ്നത്തിന്റെ തീരത്തൂടെ ഇത്രയും കാലം ഞാനലഞ്ഞു നടക്കുകയായിരുന്നു. അന്നൊന്നും സ്വപ്നങ്ങൾക്ക് ജീവി തത്തിൽ ഹൃദ്യത കൈവരുത്താനാവുമെന്ന് ഞാൻ കരുതിയിരുന്നില്ല. എന്നിട്ടും പലപ്പോഴും സുന്ദരവും രസകരവുമായ ഒട്ടേറെ സ്വപ്നങ്ങൾ, ചീത്ത കിനാവുകൾ, പേടിപ്പെടുത്തുന്ന സ്വപ്നങ്ങൾ എന്നിവ എന്നിലേ ക്ക് എങ്ങനെയോ കടന്നുവരാൻ തുടങ്ങി.

ഓരോ സ്വപ്നത്തേയും ഞാൻ പൊന്നുപോലെ സൂക്ഷിക്കാൻ തീരു മാനിച്ചു. അതിനു കാരണം, ഉറക്കത്തിന്റെ കൈകളിൽനിന്നും ബോധം വേർപെടുന്നതോടെ എന്റെ സ്വപ്നങ്ങൾ എനിക്കന്യമായിത്തീരുന്നു എന്ന തായിരുന്നു. പളുങ്കുമണികൾപോലുള്ള ഇക്കണ്ട കിനാവുകളത്രയും ഞാൻ അതേപോലെ ആവാഹിച്ചെടുക്കാൻ ശ്രമിച്ചുനോക്കിയിരുന്നു. പക്ഷേ, എന്തോ എനിക്കെന്റെ കിനാവുക്കളൊന്നും തീരെ ഓർമ്മിച്ചെടു ക്കാനായില്ല. എന്നാൽ ഒരു കാര്യം – സ്വപ്നങ്ങളെ സ്വപ്നങ്ങളായി തന്നെ പിടികൂടി അവതരിപ്പിക്കണമെന്ന അതിയായ മോഹം എനിക്കുണ്ടായത് കഴിഞ്ഞ ആഴ്ചയാണ്.

നാട്ടിൻപുറത്തെ കവലയിൽ കഴിഞ്ഞാഴ്ച ഒരു മതപ്രസംഗം ഉണ്ടാ യിരുന്നു. വലിയ താടിയും തലയിൽക്കെട്ടും ഉള്ള പണ്ഡിതനായ ഒരു മുസ്ല്യാരായിരുന്നു വയള് പറഞ്ഞിരുന്നത്. വീട്ടിലെത്തിയിട്ട് പ്രത്യേകിച്ച് പണിയൊന്നും ഇല്ലാതിരുന്നതിനാൽ ഞാനും ഗ്രാമവാസികളിൽ ഒരാ ളായി ചേർന്ന് മുസ്ല്യാരുടെ സംഗീത സാന്ദ്രമായ ആ പ്രസംഗം കേട്ടു. പ്രസംഗം മുഴുവനും പരലോകത്തെ കാര്യങ്ങളെപ്പറ്റിയായിരുന്നു. ഈ ലോകത്തെ നരകജീവിതത്തെക്കുറിച്ചോ, ഒരു സാധാരണക്കാരന്റെ

ജീവിതപ്രാരാബ്ധങ്ങളെക്കുറിച്ചോ ഒന്നുമായിരുന്നില്ല വയള്. അതു കൊണ്ടുതന്നെ യാതൊരു ജോലിയുമില്ലാതെ അലയുന്ന എനിക്ക് ആ പ്രസംഗം പരലോകത്തെപ്പറ്റിയുള്ള നേരിയ അറിവ് നല്കാനേ ഉപകരി ച്ചുള്ളൂ. അങ്ങനെ വീണുകിട്ടിയ പരലോക ചിന്തകളുമായാണ് ഞാൻ വീടണഞ്ഞത്. ഉമ്മയും ഉപ്പയും അനിയത്തിയുമൊക്കെ വയളിനുണ്ടാ യിരുന്നു. അവരൊക്കെ പ്രസംഗം കഴിഞ്ഞ് തിരിച്ചെത്തിയത് സങ്കട ത്തോടെയും പേടിയോടെയുമായിരുന്നു.

എനിക്കാവട്ടെ, അത്ര വലിയ സങ്കടമൊന്നും തോന്നിയിരുന്നില്ല. അതിനാൽ ഞാൻ പെട്ടെന്നുതന്നെ ഉറക്കത്തിലേക്ക് വഴുതി വീണു. അന്ന് ഞാനൊരു സ്വപ്നം കാണുകയുണ്ടായി. അതിൽ പിന്നീടാണ് എന്റെ കിനാവുകൾക്ക് ഒരു ഐക്യരൂപം വന്നെത്തുന്നത്. അതായത് തുടർച്ചയായി നീണ്ട ഏഴു ദിവസങ്ങൾ ഞാൻ കിനാവുകൾ കണ്ടു. ആ കിനാവുകളാണ് ഇവിടെ പകർത്താൻ പോകുന്നത്. കിനാവുകൾ മനുഷ്യ മനസ്സിന്റെ ബഹിർസ്ഫുരണങ്ങളാണെന്ന് പറഞ്ഞ് നിങ്ങൾ എഴുതിത്ത ള്ളിയേക്കാമെങ്കിലും ഞാൻ കണ്ട ഏഴു കിനാവുകൾ മുഴുക്കെ എനിക്ക് പേടിയുടെ സുഖമാണ് പകർന്നുതന്നത്. അതിനാൽ ആ ഏഴു കിനാവു കൾ ഞാൻ കുറിക്കട്ടെ. ഇത് വായിച്ച് നിങ്ങളൊരു വ്യാഖ്യാനം എനിക്ക് പറഞ്ഞുതരുമെന്ന് കരുതുന്നു.

ഒന്നാം കിനാവ്: പറഞ്ഞില്ലേ, ഞാനന്ന് മുസ്ല്യാരുടെ വയള് കേട്ട് മടങ്ങിവന്ന ദിവസം സ്വപ്നം കണ്ടെന്ന്. അത് ഇങ്ങനെയായിരുന്നു: നേരം നട്ടുച്ച. അതികഠിനമായ ചൂടും ചുടുകാറ്റും. ചുടുകാറ്റിന് തീയുടെ പൊള്ള ലുണ്ടായിരുന്നു. തൊലി ഉരുകുന്ന ശക്തി. ആ തീക്കാറ്റേറ്റ് വളരെ ക്ഷീണി തനായി ഞാൻ നടക്കുകയാണ്. അതും വിശാലവും അനന്തവുമായ മരു ഭൂമിയിലൂടെ. അന്നേരം എനിക്ക് നന്നായി വിശക്കുന്നുണ്ടായിരുന്നു. ദാഹിച്ച് വലഞ്ഞ് ഞാൻ പറ്റെ കുഴങ്ങിയിരുന്നു. അങ്ങനെ ക്ഷീണിച്ച വശനായി, വാടിത്തളർന്ന് നടക്കുമ്പോൾ ആകാശച്ചെരുവിൽ നിന്നും ഊർ ന്നിറങ്ങിച്ചാടിയ ഒട്ടെറെ അശരീരികൾ എനിക്ക് ആശംസകൾ നേർന്നു. അതിന്റെ സുഖത്തിൽ ഞാനങ്ങനെ നടക്കുമ്പോൾ കനത്ത ഗാംഭീര്യം നിറഞ്ഞ ശബ്ദം വീണ്ടും: 'അല്ലയോ മനുഷ്യാ... നിന്റെ ലക്ഷ്യം എങ്ങോ ട്ടാണ്?'

സത്യത്തിൽ അപ്പോൾ തന്നെയാണ് ഞാനും അത് ചിന്തിച്ചത്.

എന്റെ യാത്രയ്ക്ക് പ്രത്യേകിച്ച് ഒരു ലക്ഷ്യവുമില്ലായിരുന്നു. അന ന്തമായങ്ങനെ നടന്നു നീങ്ങുകയും ജീവിതത്തിൽ നിന്ന് ഒളിച്ചോടുക യുമായിരുന്നു ലക്ഷ്യം. പക്ഷേ, ഞാനതു പറഞ്ഞില്ല. അതിനുമുമ്പുതന്നെ എന്നെ കരിച്ചു കളയുന്ന തീക്കാറ്റു വീശി. ആ വിജനതയിൽ എനിക്ക് അല്പം ആശ്വാസം നല്കിയത് എവിടെ നിന്നോ വന്നിറങ്ങിയ ആ അശ രിരീ മാത്രമായിരുന്നു. അതിനാൽ, ഞാൻ വീണ്ടും ഒരു കുളിർമ്മയുള്ള വാക്കിനായി കാതോർത്തു. അവസാനം നിരാശയോടെ സർവ്വശക്തിയും സംഭരിച്ച് നടക്കാൻ തുടങ്ങവെ, തീക്കാറ്റ് അതിശക്തിയോടെ എന്നെ

വലയം ചെയ്യാൻ തുടങ്ങി. ഞാനതിന്റെ അതിചൂടിൽ ഉരുകിക്കരിയവെ, ഉച്ചത്തിൽ അട്ടഹസിക്കുന്നു.. ഉമ്മയും അനിയത്തിയും മണ്ണെണ്ണവിളക്ക് കത്തിച്ച് എനിക്കടുത്ത് വന്നിരുന്ന് എന്തുപറ്റിയെന്ന് പേടിയോടെ അന്വേ ഷിക്കുന്നു. ഞാൻ സങ്കടത്തോടെ, ഭയത്തോടെ ഒന്നും പറയാതെ വീണ്ടും അർദ്ധബോധത്തോടെ കിടക്കുന്നു.

രണ്ടാം കിനാവ്: നമസ്കരിക്കാത്തതിനാലും ദൈവസ്മരണ തീരെ ഇല്ലാത്തതുകൊണ്ടുമാണ് ചീത്ത സ്വപ്നങ്ങൾ കാണുന്നതെന്ന് ഉമ്മ പറ ഞ്ഞുതന്നു. എനിക്കും അത് സത്യമാണെന്ന് തോന്നി. അങ്ങനെ, അന്ന് രാത്രി ഞാൻ കിടക്കാൻ തുടങ്ങുന്നതിനു മുമ്പു തന്നെ ഇശാഅ് നമസ് കരിച്ചു. അതിനുശേഷം എന്നെ ചീത്ത സ്വപ്നങ്ങൾ കാണിച്ച് വേദനി പ്പിക്കരുത് ദൈവമേ എന്ന് ഉള്ളുരുകി പ്രാർത്ഥിച്ചു കരഞ്ഞു. ഞാനന്ന് കണ്ടത് കർണ്ണാനന്ദകരവും മനസ്സിന് ആഹ്ലാദം പകരുന്നതുമായ ഒരു കിനാവായിരുന്നു. എന്റെ ഭാഷയിൽ പറഞ്ഞാൽ ആ കിനാവ് അസ്തമി ക്കാൻ പോകുന്ന എന്റെ യുവത്വത്തിനു മുന്നിൽ വാർന്നുവീണ തേൻ മഴയായിരുന്നു. നല്ലൊരു സ്വപ്നമായിരുന്നു. പക്ഷേ, നിങ്ങളുടെ കണ്ണിൽ ആ കിനാവായിരിക്കും ഏറ്റവും ചീത്ത സ്വപ്നമെന്ന് എനിക്കറിയാം. എങ്കിലും ആ കിനാവും എഴുതാതിരിക്കാൻ പറ്റില്ലല്ലോ.

അതിതാണ്: പച്ചപ്പിന്റെ അതിസാന്ദ്രിമയിൽ കുളിച്ച് തുമന്ദഹാസം തൂവി നില്ക്കുന്ന ഒരു താഴ്വര. താഴ്വാരത്തിന്റെ നിശ്ശബ്ദതയിലൂടെ ഒരു താരാട്ടിന്റെ ഈണം പോലെ ഒഴുകുന്ന പുഴ. അതിനപ്പുറത്ത് പേര റിയാത്ത പുഷ്പിച്ചു നില്ക്കുന്ന ഒട്ടേറെ മരങ്ങൾ. മരങ്ങൾ നിറയെ പഴുത്തു തുടുത്ത പഴങ്ങളും കിളികളും.

ഞാൻ ആ ഹൃദ്യമായ കാഴ്ച കണ്ട് രസിച്ച്, സുഖിച്ച് നടക്കവെ, എവിടെ നിന്നോ ഒരു ശബ്ദം കേട്ടു. ഒരു കുയിലിന്റെ മധുവൂറുന്ന നാദ മാണതെന്നായിരുന്നു ഞാൻ ആദ്യം ധരിച്ചത്. എന്നാൽ, ആ കുയിൽ എന്റെ പേരും ഉപ്പുപ്പയുടെയും ഉമ്മുമ്മയുടെയും പേരും വീട്ടുപേരും വിളിച്ച് എന്നെ ക്ഷണിച്ചപ്പോൾ അന്തം വിട്ടു. ഒന്നും മനസ്സിലാവാതെ ഞാൻ ആ വനവിജനതയിൽ നാലുപാടും നോക്കവെ, വീണ്ടും ശബ്ദം: 'വരൂ.. ഞാനിതാ.. നിനക്ക് ഇണയായിരിക്കുന്നു..'

നോക്കുമ്പോൾ തൊട്ടുമുന്നിൽ ഒരു അപ്സരസ്സ്! സത്യത്തിൽ അന്നാണ് ഞാൻ ഒരു അപ്സരസ്സിനെ നേരിൽ കാണുന്നത്. അതുകൊണ്ടു തന്നെ ആ സുന്ദര രൂപത്തെ കൺകുളിർക്കെ നോക്കി ഞാൻ അനക്കമറ്റു നിന്നു. അവളുടെ മുഖം ഐശ്വര്യത്തിന്റെയും കുലീനതയുടെയും തിള ക്കമാർന്നതായിരുന്നു. കണ്ണുകൾക്ക് പടവാളിന്റെ തിളക്കം. പുത്തുലഞ്ഞ വെണ്ണിലാവിന്റെ നിറം.

ഞാൻ അവളെത്തന്നെ നോക്കിനില്ക്കെ, എന്നെ അത്ഭുതപ്പെടുത്തി താഴ്വാരത്തിന്റെ നെഞ്ചിലക്കി എവിടെനിന്നോ പൊട്ടിച്ചിരികൾ ഉയർന്നു.

ഞാൻ പേടിയോടെ ചുറ്റും നോക്കവെ, എന്റെ മുന്നിലുള്ള അപ് സരസ്സ് ഒട്ടനേകം സുന്ദരിമാരോടൊപ്പം ആകാശത്തേക്ക് സാവധാനം പറ

ന്നുയർന്നു.

ഞാൻ വേദനയോടെ കരഞ്ഞു.

മൂന്നാം കിനാവ്: ഈ കിനാവ് തീരെ യുക്തിഭദ്രമല്ല. എങ്കിലും അപ്സരസ്സിനെ കണ്ട വിഭ്രാന്തി പോലെ ഇതെന്നെ പറ്റെ കുഴക്കിക്ക ളയുന്നു.

എനിക്കെങ്ങനെയോ കുറെ പണം കളഞ്ഞു കിട്ടുന്നു. അതോടെ എന്നിലെ പാപവിചാരങ്ങൾ പെരുകുകയും കാലങ്ങളായി ഞാൻ ചെയ്തു തീർത്ത പാപങ്ങൾ ഒഴുക്കികളയാൻ ഞാൻ കൊതിക്കുകയും ചെയ്തു. അങ്ങനെ പരിശുദ്ധമാക്കപ്പെട്ട ഹജ്ജ് കർമ്മം നിർവ്വഹിക്കാൻ ഞാൻ തീരുമാനിച്ചു. അതിനുവേണ്ടിയുള്ള എല്ലാ ഒരുക്കങ്ങളും നടത്തി ശുദ്ധ നായി.

ഹജ്ജിന് പുറപ്പെടുന്ന ദിവസം എന്റെ ബന്ധുക്കളും സുഹൃത്തുക്ക ളുമൊക്കെ എന്നെ യാത്രയയക്കാൻ വന്നിരുന്നു. എന്നാൽ, ധന്യമാക്ക പ്പെട്ട ആ ദിവസം ഞാൻ വലിയ സങ്കടത്തോടെയാണ് അവരെ അഭി മുഖീകരിക്കുന്നത്. എന്തുപറ്റിയെന്നല്ലേ? അതാണ് വിധി, അത്ഭുതം എന്നൊക്കെ പറയുന്ന സാധനങ്ങൾ. ഞാൻ ഹജ്ജ് യാത്രയ്ക്ക് കരുതി വെച്ചിരുന്ന രൂപകളത്രയും തലേന്ന് രാത്രി ആരോ ഭംഗിയായി മോഷ് ടിച്ചിരുന്നു.

ഞാൻ എന്റെ സുഹൃത്തുക്കളെ നേരിടാനാവാതെ തളർന്നു കിട ക്കുമ്പോൾ ആ മൂന്നാം കിനാവ് അസ്തമിക്കുന്നു.

നാലാം കിനാവ്: ഇനി പറയുന്ന കിനാവ് എന്റെ ഓർമ്മയുടെ ആഴ ങ്ങളിൽ ഇപ്പോഴും പതിഞ്ഞു കിടക്കുന്നുണ്ട്. അതിനുകാരണം എനിക്ക് ഒരൊറ്റ ശത്രുപോലും ഈ ലോകത്ത് ഇല്ലെന്ന് ഞാനിതുവരെ വിശ്വ സിച്ചിരുന്നു എന്നതാണ്. ഇക്കിനാവ് എന്റെ ഇത്തരമൊരു വിശ്വാസത്തെ ഉടച്ചുവാർത്തു.

കിനാവ് തുടങ്ങുന്നതിനുമുമ്പ് തന്നെ ഞാൻ ഗ്രാമത്തിലെ ഓരോ മുക്കിലും മൂലയിലും വെറുതെ നടന്നിരുന്നു. അതിനാലാവാം ഇങ്ങനെ യൊരു കിനാവ് കണ്ടതെന്ന് ഞാൻ സമാധാനിച്ചു.

അതിതായിരുന്നു: വളരെ അവശനായി ഞാൻ ഗ്രാമത്തിലെ കവല യിലെത്തുന്നു. കവലയിലെ പടർന്നു പന്തലിച്ച ആൽമരത്തിന്റെ ഭീമാകാ രമായ തണലിൽ ആ നേരം ആരും ഉണ്ടായിരുന്നില്ല. ഞാൻ ആ ആൽമ രത്തണലിലിരുന്ന് ഒരു ബീഡി കത്തിച്ചു വലിക്കവെ, തൊട്ടടുത്ത പള്ളി യിൽനിന്നും ബാങ്കുവിളി ഉയർന്നു. മിനാരത്തിന്റെ ഉച്ചിയിലൂടെ ലോക ത്തേക്ക് പുറത്തു ചാടിയ ബാങ്കിന്റെ ഈണത്തിലലിഞ്ഞ് ഞാനിരുന്ന് മയങ്ങി. ഉണരുമ്പോൾ മുന്നിൽ മാരകായുധങ്ങളുമേന്തി ഒരുകൂട്ടം ജന ങ്ങൾ. എല്ലാവരും എന്റെ നാട്ടുകാരും പരിചിതരും തന്നെ.

ഞാനെന്ത് തെറ്റാണ് ചെയ്തതെന്നോ, എന്നിൽ ആരോപിക്കപ്പെട്ട കുറ്റമെന്താണെന്നോ എനിക്കറിഞ്ഞിരുന്നില്ല. അതിനാൽ ഞാൻ നിസ്സ ഹായനായി ആ അക്രമികൾക്കു നടുവിൽ നിന്നു. പെട്ടെന്ന്, അവരെല്ലാ

വരുംകൂടി എനിക്കുനേരെ വടിയും കത്തിയുമായി പാഞ്ഞടുക്കവെ, അത്ഭു
തമെന്നുതന്നെ പറയട്ടെ, ഏതോ ഒരു അദൃശ്യശക്തി എന്നെ ആകാശ
ത്തേക്കുയർത്തി. ഞാൻ പൊങ്ങിപ്പൊങ്ങി ആകാശം മുട്ടി. ജനം പേടി
യോടെ ഇക്കാഴ്ച കണ്ടുകൊണ്ടിരിക്കെ, അതിപ്രകാശമാർന്നൊരു നക്ഷ
ത്രമായി ഞാൻ പരിണമിച്ചു. അതോടെ ഈ മാന്ത്രികക്കിനാവും അസ്
തമിച്ചു.

അഞ്ചാം കിനാവ്: അഞ്ചാം കിനാവ് പരലോകവുമായി ഏറെ ബന്ധ
പ്പെട്ടതും ഭീതിജനകവുമാണ്. അതായത്, ഒരുദിവസം ഞാൻ സുഖമായി
മരിക്കുന്നു. മരണവാർത്തയറിഞ്ഞ് ഓടിയെത്തിയ എന്റെ സുഹൃത്തു
ക്കളും ബന്ധുക്കളും കുടുംബാംഗങ്ങളും സങ്കടത്തോടെ ശവത്തിനു
ചുറ്റും കൂടിനിന്ന് കണ്ണീർ വാർക്കുകയാണ്.

എന്നെ കുളിപ്പിച്ച് വൃത്തിയാക്കി സുഗന്ധം പൂശി മയ്യിത്തു കട്ടിലി
ലേക്ക് താങ്ങിക്കിടത്തി, ഒരു വിലാപയാത്രയായി പള്ളിയിലേക്ക് കൊണ്ടു
പോയി. അവിടുന്ന് മുസ്ല്യാരുടെ നേതൃത്വത്തിൽ പ്രാർത്ഥനയും നമസ്
കാരവും കഴിഞ്ഞ്, എനിക്കുവേണ്ടി പള്ളിക്കാട്ടിൽ വെട്ടിയുണ്ടാക്കിയ
ഖബറിനടുത്തേക്ക് എന്റെ മയ്യിത്ത് എത്തിച്ചു. ഭക്തിസാന്ദ്രമായ അന്തരീ
ക്ഷത്തിൽ, ശോകത്താൽ മൂടപ്പെട്ട ആ നിമിഷത്തിൽ എന്റെ ജീവിത
ത്തിന്റെ അവസാനരംഗവും തീരുകയായിരുന്നു.

അങ്ങനെ ചടങ്ങുകൾ തീർത്ത് ശവശരീരം ഖബറിലേക്ക് ഇറക്കി
വെക്കാൻ ശ്രമിക്കവെ, അത്യത്ഭുതവും ഭയാനകവുമായ നിമിഷങ്ങൾ
സംജാതമാവുന്നു. ഖബർ ഇടുങ്ങിയിടുങ്ങിവന്ന് നന്നേ ചെറുതായി.
മുസ്ല്യാർ ഒന്നും മനസ്സിലാവാതെ മൂക്കത്ത് വിരൽ വെച്ചു. ജനം അമ്പരന്ന്
പേടിയോടെ നാലുപാടും ഓടി. അപ്പോൾ ഞാൻ ഞെട്ടിയുണരുകയും
ചെയ്തു.

ആറാം കിനാവ്: മഹ്ശറയിലെ തികഞ്ഞ നിശ്ശബ്ദതയിൽ ഞാൻ
പേടിയോടെ നില്ക്കുന്നു. ആ പേടി അധികരിപ്പിച്ചുകൊണ്ട് വലിയ ഇരുമ്പു
ദണ്ഡുകളുമേന്തി രണ്ടു മലക്കുകൾ എനിക്കുനേരെ കടന്നുവന്നു. അവ
രുടെ ഭീകരരൂപം കണ്ടതോടെ ഞാൻ രണ്ടാമതും മരിച്ചു.

രൂക്ഷമായ നോട്ടം കൊണ്ട് അവരെന്നെ നടുക്കിക്കളഞ്ഞു. പിന്നെ
ഒട്ടും ദയാദാക്ഷിണ്യമില്ലാതെ നന്മ തിന്മകൾ രേഖപ്പെടുത്തിയ പുസ്ത
കമെടുത്ത് നിവർത്തി എന്നോടു ചോദിച്ചു:

"മൻ റബ്ബുക്കാ?"

"അല്ലാഹു റബ്ബീ"

"മൻ ദീനുക്കാ?"

"ഇസ്ലാമു ദീനീ....."

ഞാനിങ്ങനെ വളരെ ശരിയായ ഉത്തരങ്ങൾ യാതൊരു സങ്കോച
വുമില്ലാതെ പറയുന്നതുകേട്ടപ്പോൾ മലക്കുകളുടെ ചുണ്ടിൽ ചിരി
വിടർന്നു. പിന്നെയവർ എന്നെയും കൂട്ടി സ്വർഗ്ഗത്തിനുനേരെ നടക്കവെ
ഞാൻ ഞെട്ടിയുണർന്നു.

ഏഴാം കിനാവ്: ഏഴാം കിനാവ് കാണുന്നതിനുമുമ്പുതന്നെ എന്റെ അരയിൽ ഉമ്മ ഏലസ്സ് കെട്ടിത്തന്നിരുന്നു. എന്നിട്ടും ഞാനന്ന് കിനാവു കണ്ടു. ആ കിനാവ് ഭീതിജനകവും അസഹ്യവുമായിരുന്നു.

അതുകൂടി പറഞ്ഞു ചുരുക്കാം. അന്ന് കണ്ടത് ഞാനും എന്റെ കിനാ ക്കളത്രയും നരകത്തിൽ കിടന്ന് പുളയുന്നതായിരുന്നു. നരകാഗ്നിയുടെ താപം അധികരിപ്പിക്കാനെന്നവണ്ണം ഞാൻ ഇക്കാലയളവിൽ കണ്ട ഓരോ സ്വപ്നവും വിറകായി പരിണമിച്ച് ഇറങ്ങിവരികയായിരുന്നു. അങ്ങനെ ആ തീക്കുണ്ഡത്തിൽ കിടന്ന് ആദ്യം കരിയുകയും പിന്നെ ജീവിക്കു കയും മരിക്കുകയും... കരിയുകയും.. ജീവിക്കുകയും ചെയ്തു കൊണ്ടി രുന്നു. അന്നേരവും ഞാൻ ഉച്ചത്തിൽ അട്ടഹസിച്ചു. ഉമ്മയും ഉപ്പയും ഓടിയെത്തി എന്നെ താങ്ങിയിരുത്തി. ഞാൻ പേടിയോടെ, അവരെ നോക്കി കരഞ്ഞു. ഉമ്മയാവട്ടെ, സങ്കടത്തോടെ എന്നെ കെട്ടിപ്പിടിച്ച് വിതുമ്പി.

ഞാൻ അപ്പോഴും കിനാവുകളുടെ വിശ്വാസ്യതയും അവിശ്വാസ്യ തയും വേർതിരിച്ചറിയാനാവാതെ ദുഃഖിക്കുകയായിരുന്നു.

വയള്: മതപ്രസംഗം
ഇശാഅ്: രാത്രിയിലെ നമസ്കാരം
മൻ റബ്ബുക്ക: നിന്റെ ദൈവം ആര്?
അല്ലാഹു റബ്ബീ : അല്ലാഹുവാണ് എന്റെ ദൈവം
മൻ ദീനുക്ക: നിന്റെ മതമേത്?
ഇസ്ലാമുദ്ദീനി: ഇസ്ലാമാണ് മതം
മഹ്ശറ: പരലോകത്ത് ജനങ്ങളെ ഒരുമിച്ചുകൂട്ടുന്ന സ്ഥലം.

നരകത്തിലെ വിറക്

ഞാനിന്ന് അതീവ സന്തോഷവാനാണ്. ഒതുക്കാൻ കഴിയാത്ത ആഹ്ലാദവും ഉന്മാദവും എന്നിൽ നുരച്ചാർക്കുകയാണ്. അതിന്റെ അമിതാവേശത്തിലാണ് ഞാനിങ്ങനെ തുള്ളിച്ചാടുന്നത്. അതുകൊണ്ട് ക്ഷമ. കാരണമിതാണ്: സുന്ദരിയായ ജമീല എന്ന പതിനാറുകാരിയെ ഭർത്താവ് സൈതാലി ചെറിയൊരു ഭീഷണിയുമായി അവളുടെ വീട്ടിൽ കൊണ്ടുവന്നാക്കിയിരിക്കുന്നു. ഈ സംഭവം എന്നെ സംബന്ധിച്ചിടത്തോളം അമിതമായ ആനന്ദം പകരുന്നതാണ്. എന്നാൽ നിങ്ങളെപ്പോലെ ആഹ്ലാദിച്ചിരുന്നാൽ മാത്രം എന്റെ കാര്യങ്ങളൊന്നും നടക്കില്ല. ഞാനെന്തെങ്കിലും ചെയ്തേ മതിയാവൂ. ഈ പുതിയ കാലഘട്ടമാണെങ്കിൽ എനിക്കത്ര അനുകൂലവുമല്ല. എല്ലാ നിഷേധികളും ആത്മീയതയിലേക്കാണി പ്പോൾ തിരിഞ്ഞു നടക്കുന്നത്. എന്നാലും ഞാൻ വിചാരിച്ചാൽ ഈ ലോകത്ത് നടക്കാത്തതൊന്നുമില്ലല്ലോ?

സൈതാലിയുടെ ആവശ്യങ്ങൾ രണ്ടാണ്. ജമീലായ്ക്ക് പണ്ടേ പറ ഞ്ഞുറപ്പിച്ച പണവും പണ്ടവും ഒരുമാസത്തിനകം കിട്ടണം. അല്ലെങ്കിൽ ഒരു വിസയോ, വിസയ്ക്കുവേണ്ടി വരുന്ന പണമോ കൊടുക്കണം. ഈ ആവശ്യങ്ങൾ നിറവേറ്റിക്കൊടുക്കേണ്ടത് ഭക്തനും ശുദ്ധനും ദരിദ്രനും ജമീലയുടെ പിതാവുമായ ബീരാൻ മൊല്ലാക്കയാണ്. ഇതിനദ്ദേഹത്തിന് ഒരിക്കലും കഴിയില്ല എന്ന കാര്യം നന്നായി അറിയുന്നതുകൊണ്ടുകൂടി യാണ് എന്റെ സന്തോഷം!

ഞാനിത്രയും കാലം പരിശ്രമിച്ചിട്ടും ഇയാളെക്കൊണ്ടൊരു ചെറിയ തെറ്റുപോലും ചെയ്യിക്കാൻ എനിക്ക് കഴിഞ്ഞിട്ടില്ല. മൊല്ലയുടെ ഉറച്ച മതവിശ്വാസമാണ് എന്നെ എപ്പോഴും പരാജയപ്പെടുത്തുന്നത്. സത്യം പറയാമല്ലോ, ഇദ്ദേഹത്തിന്റെ പതിനാലാം വയസ്സു മുതൽ ഞാനീ ശ്രമം

തുടങ്ങിയതാണ്. ഒരു മനുഷ്യന്റെ വളർച്ചയിൽ പ്രായത്തിനുള്ള സ്വാധീനം അറിഞ്ഞുകൊണ്ട്, ഞാൻ പല പ്രലോഭനങ്ങളും നടത്തി നോക്കി. അപ്പോഴൊക്കെ ഈ സാധു മനുഷ്യൻ എന്നെ അതിജീവിച്ചു. ഒരുപക്ഷേ, മനുഷ്യകുലത്തിൽ പിറന്ന ഒരാളെ പാപക്കുണ്ടിലേക്ക് കൂട്ടി ക്കൊണ്ടുവരാനുള്ള എന്റെ കഴിവിനോടുതന്നെ എനിക്കന്ന് പുച്ഛം തോന്നി. എന്നിട്ടും, ഈ നാല്പത്തിയെട്ടു വയസ്സുവരെ ഞാനദ്ദേഹത്തെ വിടാതെ പിന്തുടർന്ന് തിന്മകൾ ചെയ്യാൻ പ്രേരിപ്പിച്ചുകൊണ്ടിരുന്നു. അടുപ്പിൽ തീ പുകയാതിരിക്കുമ്പോൾ.. മഴക്കാലത്ത് ഓലപ്പുര നനഞ്ഞൊലിക്കു മ്പോൾ... അപ്പോഴൊന്നും എനിക്ക് വിജയിക്കാൻ കഴിഞ്ഞില്ലെന്നു പറ ഞ്ഞാൽ മതിയല്ലോ? എന്നാലിപ്പോഴാകട്ടെ നല്ലൊരവസരമാണ് മുന്നിൽ വന്നിരിക്കുന്നത്. ഇതിലെന്തായാലും ഞാനയാളെ കുടുക്കും. ഈ കുരു ക്കിൽനിന്നും ഒരിക്കലും തലയൂരാൻ ഞാനയാളെ സമ്മതിക്കില്ല. ഇതു മൂലം എനിക്കുണ്ടാവുന്ന നേട്ടം പലതാണ്. ഒന്ന്: ലോകത്തിലെ ഏതു മനുഷ്യജീവിയേയും ഞാൻ വിചാരിച്ചാൽ വളരെ എളുപ്പത്തിൽ വൻ പാപിയാക്കാനുള്ള എന്റെ കഴിവ് ഒരിക്കൽക്കൂടി അംഗീകരിക്കപ്പെടും. രണ്ട്: ബീരാൻ മൊല്ല എന്ന ആ ഭക്തൻ ഇത്രയും നാൾ ചെയ്ത എല്ലാ സൽകർമ്മങ്ങളും ഒരൊറ്റ നിമിഷം കൊണ്ട് നിഷ്പ്രഭമാക്കി അയാളെ നരകാവകാശിയാക്കും. ഇതിൽപ്പുറം ഒരു ഇബ്ലീസിന് (സാത്താൻ) എന്താണ് മനുഷ്യർക്ക് ചെയ്യാൻ കഴിയുക?

ഇപ്പോൾ, നിങ്ങൾക്ക് വ്യക്തമായിക്കാണുമല്ലോ എന്റെ സന്തോഷ ത്തിന്റെ പൊരുൾ.

ജമീലയെ പണ്ടുതന്നെ എനിക്ക് ഭയങ്കര ഇഷ്ടമായിരുന്നു. അവളുടെ അവയവങ്ങളുടെ നിറവും ശില്പഭംഗിയും മിഴികാന്തിയും ചുകന്ന ചെറു ചുണ്ടുമൊക്കെ കണ്ടറിഞ്ഞ് ബാല്യത്തിൽത്തന്നെ ഞാനവളെ പിഴപ്പി ക്കാൻ ശ്രമിച്ചതാണ്. എന്നാലെന്തോ, ബീരാൻ മൊല്ലയുടെ ഉള്ളുരുകിയ പ്രാർത്ഥനകൾ കൊണ്ടും നേർച്ചകൾ കൊണ്ടുമൊക്കെയൊവാം യാതൊര പകടവും പറ്റാതെയാണ് അവൾ സൈതാലിയുടെ ഭാര്യയായത്. എന്നിട്ടും ഞാനവളെ എന്റെ മാർഗ്ഗത്തിലേക്ക് ക്ഷണിച്ചുകൊണ്ടിരുന്നു. അങ്ങനെ സൈതാലിയുടെ അനുജൻ അസീസിനെ ജമീലയുടെ മനസ്സിൽ ഞാൻ കൊത്തിവച്ചു. ഇതുമൂലം രണ്ടുപേരും സുഖിച്ചു. അവർക്കറിയില്ലല്ലോ ഈ അതിസുഖം കൊടും ദുഃഖമായി പരിണമിക്കുമെന്ന്!

ഇനി വളരെപ്പെട്ടെന്നുതന്നെ ജമീലയെ വലിയൊരു പാപത്തൊട്ട ത്തിലേക്ക് ഞാൻ തെളിച്ചുകൊണ്ടുവരും. അവളുടെ മനസ്സിലിപ്പോൾ തന്നെ വികാരങ്ങളുടെ സുഗന്ധരേഖകൾ ഞാൻ വരച്ചു കഴിഞ്ഞു. അതിനെ അതിജീവിക്കാനുള്ള തന്റേടവും വിശ്വാസവും ഈ പെൺകു ട്ടിക്കില്ലെന്നത് സത്യം. എന്നാൽ ഇതിലൊക്കെ എനിക്ക് പ്രധാനം പരമ ഭക്തൻ ബീരാൻ മൊല്ലയാണ്. അതിനാൽ ഞാനിപ്പോൾത്തന്നെ അയാ ളുടെ പിറകെപോകട്ടെ.

ദാ... കണ്ടില്ലേ.., ഉമ്മറത്തിണ്ണയിലിരുന്ന് താടിക്ക് കൈയും കൊടുത്ത്

ആകെ തല പുകഞ്ഞാലോചിക്കുന്നത്. എങ്ങനെയാണ് ഒരുമാസത്തി
നുള്ളിൽ അൻപതിനായിരം ഉറുപ്പിക എന്നതാണ് മുപ്പരുടെ ചിന്ത.
എങ്ങനെ ചിന്തിച്ചിട്ടും അയാൾക്കു മുന്നിൽ ഒരു വഴിയും തെളിയുന്നില്ല.
ഇത് മൊല്ലാക്കയെ സംബന്ധിച്ചിടത്തോളം വലിയൊരു പരീക്ഷണമാണ്.
നിലവിൽ കെട്ടിക്കാരായ രണ്ടുകുട്ടികൾ പുര നിറഞ്ഞുനില്ക്കെ, മൂത്ത
വളെ മൊഴിചൊല്ലി വീട്ടിൽ നിർത്തുക ഒട്ടും ശരിയല്ല. അതുകൊണ്ട്
സൈതാലി ആവശ്യപ്പെട്ട പൈസ എങ്ങനെയെങ്കിലും ഉണ്ടാക്കുക തന്നെ.

വില്ക്കാനായിട്ട് ബീരാൻ മൊല്ലാക്കയ്ക്ക് ഒന്നുമില്ല. പാർക്കുന്ന ഈ
ചായ്പ്പൊഴികെ. കടം ചോദിക്കാൻ പറ്റിയവർ ഏറെയുണ്ടെങ്കിലും ആരും
വായ്പ തരില്ലെന്ന് മൊല്ലാക്കായ്ക്ക് നന്നായിട്ടറിയാം. പണം പലിശയ്ക്ക്
കൊടുക്കുന്ന മമ്മുണ്ണി ഹാജി മൊല്ലാക്കയുടെ സുഹൃത്താണ്. അതു
പോലെ, പണ്ട് മരംവെട്ടാൻ പോയിരുന്ന അദ്ദുപ്പ ഗൾഫിൽ പോയി വമ്പൻ
പണക്കാരനായി തിരിച്ചെത്തിയിരിക്കുന്നു. അദ്ദുപ്പയും മൊല്ലാക്കയുടെ
ചങ്ങാതി തന്നെ. പറഞ്ഞിട്ടെന്ത്? ഒന്നുമില്ലാത്തയാൾക്ക് എന്തു കണ്ടാണ്
ആരെങ്കിലും വായ്പ കൊടുക്കുക? ഇനി ആരെങ്കിലും സന്നദ്ധമായാൽ
ത്തന്നെ ഞാനത് മുടക്കും. എനിക്കയാൾ നരകാവകാശി ആയാൽ മാത്രം
മതിയല്ലോ?

നേരം സന്ധ്യ കഴിയാറാവുന്നു. മഗ്‌രിബ് നിസ്കാരത്തിന് പത്തു
മിനിറ്റേ ഉള്ളൂ. ഞാൻ മൊല്ലാക്കയുടെ അടുത്തേക്ക് സന്തോഷത്തോടെ
ചെന്നു. പിന്നെ പതുക്കെ അയാളുടെ ഇടതു ചുമലിൽ കൈവെച്ച്
മന്ത്രിച്ചു: "നിങ്ങളുടെ പഴയ സുഹൃത്ത് അദ്ദുപ്പാനോട് കടം ചോദിച്ചാൽ
അവൻ തരാതിരിക്കോ മൊല്ലാക്ക?"

മൊല്ലാക്ക ഒന്ന് ഞെട്ടിത്തിരിഞ്ഞു നോക്കി. എന്നെയല്ല അയാൾ
കണ്ടത്. ഭാര്യ പാത്തുണ്ണിയെയാണ്. പാത്തുണ്ണിയിൽ ഞാൻ കയറിയ
വിവരം ഈ കാക്കയുണ്ടോ അറിയുന്നു?

"അത്‌പ്പോ"

"എന്ത്ത് അത്‌പ്പോ. ഓനിപ്പോ വിസക്കച്ചോടോം ണ്ട്. പൈസ തരാ
നില്ലെങ്കി ഓനോടൊരു വിസ തരാം പറഞ്ഞോളിൻ. സൈതാലി പണി
ട്ത്ത് അതൊക്കെ വീട്ടിക്കോളും... ന്നാ ഞമ്മക്കും സുഖം. ഓല്ക്കും
സുഖം."

"ഓനെ എപ്പളാപ്പൊ ഒന്ന് കാണാ...?"

"ങ്ങള് ഇപ്പോത്തന്നെ വിട്ടോളീം... ബൈന്നാരം ഓൻ കുടീലു
ണ്ടാവും."

ഞാൻ അറിഞ്ഞു ചിരിച്ചു. ഇതാ... ഒരു ദൈവദാസനെക്കൂടി
ഞാനെന്റെ പാതയിലേക്ക് മെല്ലെ മെല്ലെ വളച്ചു കൊണ്ടുവരുന്നു. ഇപ്പോൾ
തന്നെ അയാളും ഭാര്യയും മക്കളും നമസ്കാരത്തിന്റെ ബാങ്ക് കേട്ടില്ല.
അവരുടെ മനസ്സിൽ അത്രയ്ക്കും വലിയൊരു ഭാരമായിരുന്നുവല്ലോ?
അങ്ങനെ, ഈ നാല്പത്തിയെട്ടാമത്തെ വയസ്സിൽ ആദ്യമായി ബീരാൻ
മൊല്ലാക്ക മഗ്‌രിബ് നിസ്കാരം മുടക്കി. ഇനി, സാവധാനം അഞ്ചാറു

ദിവസത്തിനുള്ളിൽ ഞാനയാളെ ലോകത്തിൽ ഏതു പിതാവും ചെയ്യാൻ മടിക്കുന്ന വലിയ ഒരു അപരാധം ചെയ്യിക്കും. അതോടെ എന്റെ കർമ്മം തീരും.

"ന്നാ... ഞി ങ്ങള് നേരം കളേണ്ട. ഇപ്പോത്തന്നെ പൊയ്ക്കോളിൻ"

"ന്നാ ഞാം പോയിവരാം."

ബീരാൻ മൊല്ല പതുക്കെ നടക്കാൻ തുടങ്ങി. അയാളുടെ മനസ്സാകെ വേവുകയായിരുന്നു. പതഞ്ഞു കത്തുന്ന മനസ്സിനു മുകളിൽ തന്റെ ജീവിതഭാരം മുഴുവനും ആവിയായി ഉയരുന്നതയാൾ കണ്ടു. വിശ്വാസ ത്തിന്റെ മന്ത്രച്ചരടിൽ അഭയം കണ്ടിട്ടും അയാൾക്കു മുന്നിൽ നിരർത്ഥ കമായ ജീവിതം പത്തിവിടർത്തി ആടുന്നതായി തോന്നി.

ഇടവഴിയിലൂടെ ടോർച്ചടിച്ച് തലതാഴ്ത്തി പതുക്കെ നടന്നുപോകുന്ന ഇയാളെ കണ്ടാൽ ആർക്കും സങ്കടം വരും. വയറൊട്ടി, മെലിഞ്ഞു ണങ്ങിയ കൈകാലുകൾ. തലയടക്കിക്കെട്ടിയ വോയിൽ മുണ്ട്. നരച്ച താടി. വെള്ള ബനിയനും വെള്ളത്തുണിയും സ്ഥിരം വേഷം. ഇയാളെ നാട്ടുകാർക്കൊക്കെ ഇഷ്ടമാണെങ്കിലും പുല്ലിന് വിലയില്ല. അതുകൊണ്ടു തന്നെ ആരും കൈയയച്ച് സഹായിക്കൂല. എന്നാൽ ദൈവത്തിനാകട്ടെ, ഈ മനുഷ്യനെ എന്തിഷ്ടമാണെന്നോ? ഏറ്റവുമധികം നരകയാതന അനു ഭവിക്കുന്നവരിൽ ഒരാളായ ഇദ്ദേഹത്തിന് ജീവിതം വലിയൊരു പരീക്ഷ ണമാക്കിത്തീർക്കുകയാണ് ദൈവം. ഒന്നു തീർന്നാൽ മറ്റൊന്ന്. അതു കഴിഞ്ഞാൽ വേറൊന്ന്. ഇത്രയുംനാൾ അതൊക്കെ വകഞ്ഞു മാറ്റി അയാൾ വിജയം നേടി. അതാണ് സ്വർഗ്ഗപ്പുന്തോപ്പിലെ ഒന്നാം നിലയിൽ രാജകീയമായ ഒരിരിപ്പിടം ഇദ്ദേഹത്തിനായി ദൈവം ഒരുക്കി വെച്ചിരി ക്കുന്നത്. ആ അനശ്വര പീഠത്തിലിരുന്ന് സ്വർഗ്ഗസുന്ദരികളുമായി സല്ല പിക്കണമെങ്കിൽ ഇതാ.. ഈ കടുത്ത പരീക്ഷണവും കൂടി ബീരാൻ മൊല്ല അതിജീവിച്ചേ മതിയാകൂ. അതിനാൽ ഇപ്പോളയാളെ പിഴപ്പിച്ചി ല്ലെങ്കിൽ അയാൾക്ക് സ്വർഗ്ഗം സുനിശ്ചിതം. അവിടിരുന്ന് നരകത്തിൽ കിടക്കുന്ന എന്നെയും എന്റെ അനുയായികളെയും നോക്കി അയാൾ പരിഹസിക്കും. അതെനിക്ക് സഹിക്കാവുന്നതല്ല.

മൊല്ലാക്കയുടെ ചിന്തകളിൽ പലതും മലക്കം മറിഞ്ഞു.

ഏതെല്ലാം നിലയ്ക്കാണ് ദൈവം മനുഷ്യരെ പരീക്ഷിക്കുന്നതെ ന്നയാൾ ഓർത്തു. ധനം കൊണ്ടും ദാരിദ്ര്യം കൊണ്ടും മക്കളെക്കൊണ്ടും മരുമക്കളെക്കൊണ്ടും ഭാര്യയെക്കൊണ്ടും മാതാപിതാക്കളെക്കൊണ്ടും.. അങ്ങനെയങ്ങനെ എണ്ണിയാലൊടുങ്ങാത്ത എത്രയെത്ര പരീക്ഷണ ങ്ങൾ...

ഞാൻ വചാരിച്ചപോലെതന്നെ അദ്ദുപ്പ മദ്യപിക്കുകയായിരുന്നു.

അയാളുടെ രണ്ടു മൂന്ന് സുഹൃത്തുക്കൾ കൂട്ടിനുണ്ട്. ഒക്കെ എന്റെ അനുയായികൾ. അവർ ഓരോരോ അശ്ലീലങ്ങൾ പറഞ്ഞ് ചിരിക്കുന്ന തിനിടയിലാണ് ബെൽ ശബ്ദിച്ചത്.

"ചെ! ഏത് ഇബ്ലീസാ ഈ നല്ല നേരത്ത് ഇങ്ങട്ട് വർണത്?"

എനിക്ക് സങ്കടം തോന്നി. ഒരു കാരണവുമില്ലാതെ ചീത്ത കേൾ
ക്കുന്നത് ഏത് ഇബ്ലീസിനായാലും സഹിക്കില്ലല്ലോ? എങ്കിലും മൊല്ലാ
ക്കയോടുപമിച്ചത് എനിക്കിഷ്ടമായി.

അദ്ദുപ്പ വാതിൽ തുറക്കുമ്പോൾ മുന്നിൽ ബീരാൻ മൊല്ല. അയാൾ
എന്തു ചെയ്യണമെന്നറിയാതെ പരുങ്ങി. സുഹൃത്തുക്കൾ, വളരെവേഗം
മദ്യക്കുപ്പികൾ മേശയ്ക്കടിയിൽ തിരുകി ചിരിച്ചു.

"എന്താപ്പൊ ങ്ങള് ഈ വഴിക്കൊക്കെ?"

"ഒന്നൂല്ല."

അദ്ദുപ്പ ചമ്മലൊതുക്കി ബീരാൻ മൊല്ലയെ അകത്തേക്ക് ക്ഷണിച്ചു.
ഉടനെ എനിക്കൊരാശയം: "കുറച്ച് മദ്യം കുടിപ്പിച്ചാലോ?"

"ഏയ്... നടക്കില്ല."

"നടക്കും. നടന്നേക്കാം. ഇതൊരു നല്ല അവസരമാണ്. ആദ്യത്തെ
അവസരം. ഇതിൽ വിജയിച്ചാൽ ഇനിയൊക്കെ വളരെ എളുപ്പം നടക്കും.."

ഞാൻ അദ്ദുപ്പയുടെ ഹൃദയത്തിൽ തൊട്ടു: "പഴേ ചങ്ങാതിയല്ലേ?
ഒരു പെഗ്ഗ് കൊടുത്തു നോക്ക്. ചിലപ്പൊ കുടിച്ചാൽ നിനക്ക് തല ഉയർത്തി
നടക്കാം. മൂപ്പർക്ക് ദുഃഖം മറക്കാം. എനിക്ക് വീണ്ടും ആഹ്ലാദിക്കാം.
എന്താ?"

ഞാൻ പറഞ്ഞു കഴിഞ്ഞില്ല, അയാൾ ഒരു പ്രത്യേകതരം ഭാവ
ത്തോടെ മദ്യക്കുപ്പിയും ഗ്ലാസുകളുമെടുത്ത് മേശപ്പുറത്തു വെച്ചു. പിന്നെ,
അദ്ദുപ്പ തന്നെ പോയി വാതിൽ കുറ്റിയിട്ടു. ബീരാൻ മൊല്ല ആകെ വെപ്രാ
ളപ്പെട്ടു. അവസാനം ഞാൻ കരുതിയതുപോലെ അദ്ദുപ്പ കുറച്ച് തണു
ത്ത വെള്ളമൊഴിച്ച് മദ്യഗ്ലാസ് മൊല്ലാക്കയ്ക്ക് നീട്ടി. ഞാൻ സന്തോഷം
കൊണ്ട് വീർപ്പുമുട്ടി.

ബിസ്മി ചൊല്ലി പതുക്കെ ഗ്ലാസ് ചുണ്ടോടടുപ്പിക്കവേ, പെട്ടന്ന്
ഏതോ ഉൾവിളി കേട്ടെന്നപോലെ മൊല്ലാക്ക ഗ്ലാസ് അതേ പോലെ മേശ
പ്പുറത്തുവെച്ച് എഴുന്നേറ്റു: "ഇപ്പൊ ജൂസൊന്നും കുടിച്ചാൽ എറങ്ങൂല
ന്റെ കുട്ട്യാളേ... അതിന് പറ്റിയ നേരല്ലല്ലോ ഇദ്? അദ്ദുപ്പാ... അന്നോടൊ
രു കാര്യം പറയാന്ണ്ട്."

അദ്ദുപ്പ അന്തംവിട്ടു. ഞാൻ അതിലേറെ അന്തം വിട്ടു: ഇല്ല; ഇയാളെ
ഒരിക്കലും വഴി തെറ്റിക്കാനാവില്ല. ഇയാൾ അത്രയ്ക്കും വലിയ വിശ്വാ
സിയാണ്.

ബീരാൻ മൊല്ല വളരെ പതുക്കെ, എന്നാൽ സങ്കടത്തോടെ ഒറ്റയടിക്ക്
കാര്യങ്ങൾ പറഞ്ഞു തീർത്തു. കണ്ണു ചിമ്മിപ്പറഞ്ഞു എന്നും പറയാം.
അദ്ദുപ്പ എല്ലാം താല്പര്യത്തോടെ മൂളിക്കേട്ട്, മൊല്ലാക്കയെ സമാധാനി
പ്പിക്കാൻ ശ്രമിക്കവെ, ഞാൻ പറഞ്ഞു: "അദ്ദുപ്പാ...പൊന്നു മുതലാളീ..
ജമീല ഇപ്പോഴാണ് അതിസുന്ദരി. ഇതിലും നല്ലൊരു സന്ദർഭം നിന
ക്കിനി കിട്ടുകയില്ല. അത് മറക്കണ്ട."

പൊടുന്നനെ, അദ്ദുപ്പയുടെ സ്വരവും ഭാവവും മാറി: "മൊല്ലാക്കാ...
എന്റെ ഇപ്പോഴത്തെ സ്ഥിതി ങ്ങക്കറീലേ. എസ്റ്റേറ്റിന്റെ രജിസ്റ്റർ ഇനിയും

കഴിഞ്ഞിട്ടില്ല. അതോണ്ട് ങ്ങളാവശ്യത്തിന്ള്ള പൈസ തരാനുണ്ടാവൂല. വിസന്റെ കാര്യം നോക്കാം."

"അൽഹംദുലില്ലാഹ്. അതുമതി."

"ഏതായാലും ങ്ങള് പോയി ജമീലാനെ കൂട്ടി വരിൻ. ഓളോട് വിശ ദമായി സംസാരിച്ച്, സമ്മതം വാങ്ങീട്ടേ അതും ഒറപ്പിക്കാം പറ്റൂ"

"ന്നാ ശരി. നാളെത്തന്നെ ഓളെക്കൂട്ടി വരാം."

"അതു വേണ്ട. ദിവസം അറീച്ചിട്ടു വന്നാ മതി."

"ന്നാ...അങ്ങനെ."

മൊല്ലാക്ക യുദ്ധം ജയിച്ച പടയാളിയെപ്പോലെ പടിയിറങ്ങി നട ന്നോടി. വിസ ശരിയായി സൈതാലി പോയാപ്പിന്നെ തന്റെ എല്ലാ പ്രാരാ ബ്ധങ്ങളും തീരും. എന്നാൽ ഈ അവസാന കാലത്തെങ്കിലും കുറച്ചു കാലം അല്ലലറിയാതെ ജീവിക്കാലോ?

പിറ്റേന്ന് അങ്ങാടിയിൽ വച്ച് അടുപ്പയെ കണ്ടപ്പോൾ ആദരവോടെ യും ഭവ്യതയോടേയും ബീരാൻ മൊല്ല അടുത്തു ചെന്നു. അടുപ്പ ഗൗര വത്തോടെ മൊല്ലാക്കയുടെ ഒട്ടിച്ചുളിഞ്ഞ മുഖത്തേക്ക് രൂക്ഷമായി നോക്കി: "ഞാൻ പറീണതൊക്കെ ഇങ്ങക്ക് മനസ്സിലായിട്ടുണ്ടാവും ല്ലേ..?"

"ഭേ..എന്താപ്പൊ അങ്ങനെ തോന്നാൻ?"

"അത്പ്പൊ വിസേന്റെ കാര്യം?"

"അദ്ദുപ്പാ... അങ്ങനെ പറേരുത് ജ്ജ്. രണ്ടുമൂന്നെണ്ണത്തിന്റെ കഞ്ഞീല് മണ്ണ് വാരീടല്ലേ? അന്നെക്കൊണ്ടതിനിപ്പൊ കഴ്ജ്ജോലോ?"

"അത് നേരന്നെ... പക്ഷേ, നിങ്ങളറിഞ്ഞേ ഞാനെന്തും ചെയ്യൂ. അതിന് ആദ്യം നിങ്ങൾ സമ്മതിക്കണം."

"ബദ്രീങ്ങളേ.. എന്ത്താ അദ്ദുപ്പാ ഇജ്ജീ പറീണത്?"

"ഞാൻ പണ്ടെന്നേ ജമീലാനെ.."

"അത്പ്പൊ സൈതാലി കാര്യം തീർക്കാതെ!"

"ഓൻ തീർക്കാതെയാ നിക്കു വേണ്ടത്!"

"യാ....മുഹ്യിദ്ധീൻ.."

അയാൾ ഇരുകൈകൾ കൊണ്ടും തലയ്ക്കിരുവശവും അമർത്തി യടിച്ച്, നിസ്സഹായനായി കണ്ണിൽ വെള്ളം നിറച്ച് ഉള്ളാലെ തേങ്ങി. മന സ്സിലും ശരീരത്തിലൊന്നടങ്കവും കണ്ണീർ ലാവ പോലെ ഒഴുകിപ്പടർന്നു. ആ പൊള്ളൽ സഹിച്ച്, സങ്കടം കടിച്ചൊതുക്കി, അമർഷത്തോടെ അയാൾ തലതാഴ്ത്തി വീട്ടിലേക്ക് നടക്കാൻ തുടങ്ങി.

എനിക്കും ആ രംഗം സഹിക്കാനായില്ല. അതിനാൽ ഞാൻ മൊല്ലാ ക്കയെ പതുക്കെ സമാധാനിപ്പിച്ചു: "മൊല്ലാക്കാ... സാരല്ല. ഇതൊക്കെ യാണ് ജീവിതം. എന്തായാലും നിങ്ങൾക്ക് മക്കളോട് തെല്ലെങ്കിലും സ്നേഹമുണ്ടെങ്കിൽ ഇതിനു സമ്മതിച്ചോളു. ഇതൊന്നും ആരും അറി യാൻ പോകുന്നില്ല. ഇല്ലെങ്കിൽ ഇനിയും നിങ്ങളുടെ പട്ടിണി കൂടും. മൂത്ത വൾ വീട്ടിലിരുന്നാൽ ബാക്കി രണ്ടുപേരും വഴി പിഴയ്ക്കും. അപ്പോഴും നിങ്ങൾക്ക് ശിക്ഷ നരകം തന്നെ. ഇതാവുമ്പോ, നന്നേ ചെറിയൊരു

ശിക്ഷയേ കിട്ടൂ. മാത്രല്ല, ഇതോടെ നിങ്ങൾ ജീവിതത്തിൽ വിജയി
ക്കുകയും ചെയ്യും. അതല്ലേ നല്ലത്. ചിന്തിച്ചു നോക്ക്!"

"അതെ, അതാണു നല്ലത്. എത്ര കാലാ മന്‌സനിങ്ങനെ..."

ബീരാൻ മൊല്ലാക്ക ഇത്രയും മനസ്സിൽ പറയുകയും ഉടനെ ധൈര്യം
സംഭരിച്ച് പിന്നോട്ട് നടക്കുകയും ചെയ്തു.

അദ്ദുപ്പ ചിരിച്ചു. വളിച്ച മഞ്ഞച്ചിരി.

അയാൾ നീട്ടിയ സിഗററ്റ് വാങ്ങിക്കത്തിച്ച് മൊല്ലാക്ക സാവധാനം
പുകയൂതി. പിന്നെ നാലു പാടും പേടിയോടെ കണ്ണോടിച്ചു. അവസാനം
ഏതോ ഒരു ധൈര്യത്തിൽ, എന്റെ പ്രേരണയാൽ പതുക്കെ, വളരെ
പതുക്കെ അദ്ദുപ്പയുടെ വലിയ ചെവിയിൽ മൊല്ലാക്ക മന്ത്രിച്ചു: "നാലാ
മതൊരു കുട്ടി ഇതറിയരുത്. നാളെ സുബഹിക്ക് മുമ്പായി ജമീല അ
ന്റെ ബംഗ്ലാവിലെത്തിയിരിക്കും."

അദ്ദുപ്പയുടെ മനസ്സ് ഒന്നുപിടഞ്ഞു. അയാളിൽ നവ്യമായ ആനന്ദം
നുരഞ്ഞു പതഞ്ഞു.

"നാ.. ഒരാഴ്ചയ്ക്കുള്ളിൽ വിസയും ശരിയാക്കാം. എന്താ?"

"ഉഷാർ.. ഉഷാർ"

–ഞാൻ വിജയശ്രീലാളിതനായി പറഞ്ഞു.

അങ്ങനെ ബീരാൻ മൊല്ലാക്കയുടെ അടുത്ത് നിന്ന് പോരാതെ ആ
ദിവസം ഞാൻ കഴിച്ചു കൂട്ടി. മൊല്ലാക്ക ഉറക്കം വരാതെ തിരിഞ്ഞും
മറിഞ്ഞും കിടന്നു. അപ്പൊഴൊക്കെ ഞാനയാളെ സമാധാനിപ്പിച്ചു
കൊണ്ടിരുന്നു. അവസാനം, ഭൂമിയിൽ പ്രഭാതവെട്ടത്തിന്റെ ആദ്യ ശോഭ
പരക്കുമ്പോൾ അയാൾ തന്നെ ജമീലയെ വിളിച്ചുണർത്തി കാര്യങ്ങൾ
പറഞ്ഞു മനസ്സിലാക്കിക്കൊടുത്തു. ഉറക്കച്ചടവ് തളംകെട്ടിയ അവളുടെ
ഉരുണ്ട കവിളുകൾ പൊടുന്നനെ, തീക്കനലിനു മുന്നിൽ കാട്ടിയ വാഴ
യില പോലെ ചുളിഞ്ഞു കരിഞ്ഞു. കണ്ണുകളിൽ തീപ്പൊരികൾ ഉറുമി
മിന്നി. സാത്വികനായ പിതാവിന്റെ ഇടറിയ ശബ്ദം അവളിൽ തീമഴ
യായും കുളിർ മഴയായും പെയ്തിറങ്ങി. അവസാനം ഒരു കിനാവിലെന്ന
വണ്ണം അവൾ എഴുന്നേറ്റുപോയി, കുളിച്ചു ശുദ്ധിയായി വന്നു.

മരണത്തിന്റെ തിളക്കമാർന്ന ജാലകം ആരോ പതുക്കെ തുറക്കു
ന്നതിന്റെ ഒച്ച അവൾ കേട്ടു. അതോടെ അവൾ ഒരു പാവം ആട്ടിൻകുട്ടി
യെപ്പോലെയായി. നേർച്ചയാക്കപ്പെട്ട ഒരു അറവുമൃഗം. പൗഡറിട്ട്,
കണ്ണിൽ കരിമഷിയെഴുതി, ഏറ്റവും നല്ല ഉടുപ്പുകളണിഞ്ഞ്, സുഗന്ധം
പൂശി, ഒരു പുതുമണവാട്ടിയായി കത്തിയുടെ തിളക്കവും കാത്ത് സാത്വി
കനായ തന്റെ പിതാവിനൊപ്പം അവൾ പുറത്തിറങ്ങി. അസാധാരണവും
നിറം മങ്ങിയതുമായ പുലർകാല വെട്ടം അനന്തമായി ഭൂമിയിൽ പരന്നു
കിടന്നു. മൂന്നാംയാമ നിശ്ശബ്ദതയ്ക്കു മുകളിൽ കണ്ണീരു പോലെ മഞ്ഞു
കണങ്ങൾ ഇറ്റിറ്റു വീണു.

ഇതാ.. ഇപ്പോൾ ഈ ഓലപ്പുരയുടെ മുറ്റത്ത് രണ്ടു മയ്യത്തുകളാ ണുള്ളത്. എനിക്ക് സന്തോഷം തരുന്ന രണ്ടു മൃതദേഹങ്ങൾ. ഇരുവരും എന്റെ വലയിൽ കുരുങ്ങി രക്ഷപ്പെടാൻ കഴിയാത്തവർ. നരകാവകാശി കൾ

–നിങ്ങൾറിയില്ലേ... ഇവരെ?

ഒരാൾ, ദൈവഭക്തനും ശുദ്ധനും ദരിദ്രനുമായ ബീരാൻ മൊല്ല. മുസ്ലീമായി ജനിച്ച്, മുസ്ലീമായി ജീവിച്ച് കാഫിറായി മരിച്ചവൻ. മറ്റത്, മൊല്ലാക്കയുടെ മൂത്ത മകൾ ജമീല. മുസ്ലീമായി ജനിച്ച്, കാഫിറായി ജീവിച്ച് കാഫിറായി മരിച്ചവൾ.

ഞാൻ, ആദമിന് മുട്ടു കുത്താൻ മടിച്ചവൻ. തീകൊണ്ട് സൃഷ്ടിക്ക പ്പെട്ടവൻ. സ്വർഗ്ഗത്തിൽനിന്നും ആട്ടിയോടിക്കപ്പെട്ട നരകാവകാശി. നര കത്തിലെ വിറക്. അതിനാൽ, മാന്യസുഹൃത്തുക്കളേ.. നിങ്ങൾ കണ്ണീർ വാർത്ത് ദുഃഖം നടിക്കുമ്പോൾ, ഞാനിതാ.. ആഹ്ലാദത്തോടെ അവർക്കായി എന്റെ നരകവാതിൽ തുറന്നിടുന്നു...

പ്രിയപ്പെട്ടവരേ.. നിങ്ങൾക്ക് സ്വാഗതം.

ഫക്കീറുപ്പാപ്പ

കുഞ്ഞിപ്പാത്തുമ്മ മഹാഭാഗ്യവതിയായിരുന്നു.

അവളെപ്പോലെ ഭാഗ്യം കിട്ടിയവർ ഈ ദുനിയാവിൽ വേറെ ആരു മില്ലെന്ന് നാട്ടിലുള്ള സകലരും അവളെ കേൾപ്പിച്ചും അല്ലാതെയും പറ യുന്നതൊക്കെ ശരിയാണെന്ന് ചെറിയ മനസ്സും വലിയ ശരീരവുമുള്ള കുഞ്ഞിപ്പാത്തുമ്മയും കരുതുന്നു. അവളുടെ ഉമ്മയും കൗമാരത്തിന്റെ പിടിയിൽനിന്നും പതുക്കെപ്പതുക്കെ യൗവ്വനത്തിലേക്ക് കാലൂന്നാൻ വെമ്പുന്ന സുന്ദരിമാരായ നാലു അനിയത്തിമാരും കുഞ്ഞിപ്പാത്തുമ്മയുടെ ഈ ഭാഗ്യത്തിൽ മനസ്സറിഞ്ഞ് ആഹ്ലാദിക്കുന്നവരാണ്. എന്നാൽ ഓരോ ഭാഗ്യത്തിനു പുറകിലും വലിയൊരു നടുക്കം തീർച്ചയായും ഉണ്ടാവു മെന്നും ആ അതിനടുക്കത്തിൽനിന്ന് തന്നെയും തന്റെ കുടുംബത്തേയും രക്ഷിക്കേണമേ എന്ന് ഉള്ളുരുകി പ്രാർത്ഥിക്കുകയും ചെയ്ത്, ദുഃഖ ത്തോടെ നടക്കുന്ന സത്യവിശ്വാസിയായ ഒരു ശുദ്ധ മുസൽമാനായി രുന്നു കുഞ്ഞിപ്പാത്തുമ്മ എന്ന സുന്ദരിയുടെ ഉപ്പയായ കുഞ്ഞമ്മദ്. എന്താ ണതിനു കാരണമെന്നു ചോദിച്ചാൽ മൂപ്പർ ഈ ലോകത്ത് ജീവിക്കാൻ തുടങ്ങിയിട്ട് അറുപതിൽപ്പുറം കൊല്ലക്കാലമായി എന്നതാണുത്തരം.

കുഞ്ഞിപ്പാത്തുമ്മയുടെ ഭാഗ്യം വന്ന വഴി വളരെ ലളിതമായിരുന്നു. നിലാവും കുളിരും ഇഴുകിച്ചേർന്ന ഒരു വെള്ളിയാഴ്ച രാവിലായിരുന്നു അവളുടെ ഭാഗ്യം ഓലപ്പുരയുടെ മുറ്റത്തെത്തിയത്.

കുഞ്ഞമ്മദ്ക്ക മഹാസ്നേഹമുള്ളവനാണല്ലോ? പാവങ്ങളേയും യാചകരേയും സഹായിക്കുക, അവർക്ക് ആശ്വാസമേകുന്ന വർത്തമാന ങ്ങൾ പറയുക, ഭക്ഷണം നല്കുക എന്നിവയായിരുന്നു കുഞ്ഞമ്മദ്ക്ക യുടെ ഇഷ്ടപ്പെട്ട കർമ്മങ്ങൾ. തന്റെ അഞ്ചു പെൺമക്കൾ പട്ടിണി കിട നാലും വേണ്ടില്ല, പാവപ്പെട്ടവൻ വിശന്ന് മരിക്കരുത് എന്ന് നിർബ്ബന്ധ

മുള്ള ഈ ഭക്തൻ പെൺമക്കളെ കെട്ടിച്ചയക്കാനോ, അവരുടെ മനസ്സ
റിഞ്ഞ് വസ്ത്രങ്ങൾ എടുത്ത് കൊടുക്കുവാനോ തയ്യാറായിരുന്നില്ല. അയാ
ളുടെ ഭാര്യ ആമിനക്കുട്ടിയാവട്ടെ, ഓരോ ദിവസവും നാഴികയ്ക്കു നൂറു
വട്ടമെങ്കിലും പെൺമക്കളെ കെട്ടിച്ചു വിടുന്നതിനെക്കുറിച്ചും അവരുടെ
കാതിലേക്കോ കഴുത്തിലേക്കോ കൈയിലേക്കോ ഒരു കടുകുമണി
ത്തൂക്കം പൊന്നെങ്കിലും ഉണ്ടാക്കാൻ മെനക്കെടാത്തതിനെച്ചൊല്ലിയും
ബഹളം വെക്കുകയും ചെയ്യാറുണ്ട്. എന്നാൽ ഭാര്യയെ ഭർത്താവ് ഭരി
ക്കാൻ പാടില്ലെന്നും ഭാര്യ തന്റെ ഇണ മാത്രമാണെന്നും അവൾക്കും
അഭിപ്രായ സ്വാതന്ത്ര്യമുണ്ടെന്നും കരുതുന്ന കുഞ്ഞമ്മദ്ക്ക ഒരിക്കലും
ഒരു സാധാരണക്കാരനായ ഭർത്താവിനെപ്പോലെ അവളെ മർദ്ദിക്കുകയോ
തെറി വിളിക്കുകയോ ചെയ്തില്ല. അവരുടെ ദീർഘകാലത്തെ ദാമ്പത്യ
ജീവിതത്തിനിടയിൽ അഞ്ച് പെൺമക്കളും നാലു ആൺമക്കളും അവർക്ക്
തുണയായി ജീവനോടെയുണ്ടെങ്കിലും (മരിച്ചവർ ആണും പെണ്ണുമടക്കം
നാല്) ഉമ്മയും ഉപ്പയും 'വക്കാണം' കൂടുന്നത് മക്കളാരും തന്നെ ഇതു
വരെ കണ്ടിട്ടില്ല. ആമിനക്കുട്ടി പെൺമക്കളെ കെട്ടിച്ചുവിടേണ്ട കാര്യം
പറയുമ്പോഴൊക്കെ കുഞ്ഞമ്മദ്ക്ക പറയുന്ന ഉത്തരം ഒന്നുതന്നെയാ
യിരിക്കും: "ഇതൊക്കെ കാണുകയും അറിയുകയും ചെയ്യുന്ന ഒരുത്തൻ
നില്ലേടീ മോളിൽ! ഓന്റെ കൃപയും കടാക്ഷവും കൊണ്ട് ന്റെ അഞ്ചെ
ണ്ണത്തിനേയും ആരെങ്കിലും കൈപിടിച്ചു കൊണ്ടു പോകും തീർച്ച."

ഇതുകേട്ട് കാത് തഴമ്പിച്ചതിനാൽ ആമിനക്കുട്ടി ഒച്ചയില്ലാതെ കരയു
കയായിരിക്കും ചെയ്യുക. ഇത്രയ്ക്കും ശുദ്ധനായ ഒരുത്തനെ മറ്റെന്ത്
പറഞ്ഞാണ് മാറ്റി ചിന്തിപ്പിക്കുക?

പറഞ്ഞ് പറഞ്ഞ് വഴി മാറുന്നു. ക്ഷമിക്കണം. നമ്മൾ പറഞ്ഞുവന്നത്
കുഞ്ഞിപ്പാത്തുമ്മയുടെ ഭാഗ്യം വന്ന വഴിയെക്കുറിച്ചാണ്.

വെള്ളിയാഴ്ച രാവ്. കുളിരുള്ള രാത്രിനിലാവ്. മരച്ചീനിക്കാടുകളിൽ
നിലാവും നിഴലും ഒപ്പന പാടിക്കളിക്കുന്നു. ഇശാഅ് ബാങ്ക് കൊടുത്ത
നേരം. കുറേ കഴിഞ്ഞിട്ടും അന്ന് കുഞ്ഞമ്മദ്ക്കാനെ കാണാനില്ല. കുഞ്ഞി
പ്പാത്തുമ്മയും ആമിനക്കുട്ടിയും ചിമ്മിനി വിളക്കു കത്തിച്ചുവെച്ച് മുപ്പരെ
കാത്തിരുന്നു. പെൺതരികളിൽ കുഞ്ഞിപ്പാത്തുമ്മയും ആൺതരികളിൽ
ബാപ്പുട്ടി എന്ന് വിളിക്കുന്ന ഉസ്മാനും ഉറങ്ങിയിട്ടില്ലെന്ന് മാത്രം പറ
ഞ്ഞാൽ മതിയല്ലോ?

അന്നേരത്താണ് ഇല്ലിവേലിക്കപ്പുറത്തെ കരിഞ്ഞുണങ്ങിയ നാട്ടുവ
ഴിയിൽ ചൂട്ടിന്റെ വെട്ടം കണ്ടത്. കുഞ്ഞിപ്പാത്തുമ്മ എന്തോ, അപ്പോൾ
ഉമ്മയോട് പറഞ്ഞത് ഇങ്ങനെയായിരുന്നുവത്രെ: "ഉപ്പാന്റൊപ്പം ആരോ
ഓരാളൂടീം ണ്ട്. എന്തെങ്കിലും നല്ല കോള് കാണും."

എന്നാൽ സുഹൃത്തുക്കളേ.. കുഞ്ഞിപ്പാത്തുമ്മയുടെ വൃദ്ധനായ ഉപ്പ
യുടെ കൂടെ അന്നേരം ഉണ്ടായിരുന്നത് അയാളേക്കാൾ പ്രായം കൂടിയ
മഹാപണ്ഡിതനായ ഒരു ഫക്കീറായിരുന്നു.

ചൂട്ടിന്റെ വെട്ടത്തിൽ കുഞ്ഞിപ്പാത്തുമ്മ ഫക്കീറിനേയും തോളിലെ

വലിയ മാറാപ്പും ദൂരെ നിന്നു തന്നെ ശരിക്കും കണ്ടു. നല്ല മിനുമിനുത്ത കഷണ്ടിയും നീണ്ട മൈലാഞ്ചിത്താടിയും ഉണ്ടായിരുന്ന അയാൾക്ക് തന്റെ ഉപ്പയേക്കാൾ രണ്ടു മൂന്നടി പൊക്കുടുതലുണ്ടെന്ന് കുഞ്ഞിപ്പാത്തുമ്മ പെട്ടെന്നു കണ്ടുപിടിച്ചു. നല്ല വെള്ളക്കോട്ടും തുണിയുമായിരു ന്നു വേഷം. തോളിൽ കറുപ്പും പച്ചയും നിറമാർന്ന മുണ്ടുകൾ നിവർ ത്തിയിട്ടിട്ടുണ്ട്.

അവൾക്ക് അത്ഭുതവും പേടിയും സന്തോഷവും തോന്നി. ആമിന ക്കുട്ടിയും ഭക്തിയോടെ, ആദരവോടെ അവരുടെ വരവ് കണ്ടു.

"നോക്കേ...ആമിനക്കുട്ട്യേ.."

കുഞ്ഞമ്മദ്ക്ക വിളിച്ചു. ആമിനക്കുട്ടി ഓടി വന്ന് കരിമെഴുകി വൃത്തി യാക്കിയ മൺതിണ്ണയിൽ പുൽപ്പായ വിരിച്ചു. പിന്നെ, ബഹുമാനത്തോടെ അകത്തേക്ക് നൂണു കയറി. കുഞ്ഞിപ്പാത്തുമ്മയായകട്ടെ ആഗതനെ പേടി യോടെയും രസത്തോടെയും നോക്കി കിളിവാതിൽ ചാരി നിന്നു.

പിന്നെയൊക്കെ വളരെ പെട്ടെന്നായിരുന്നു. ചോറും മുരിങ്ങാച്ചാറും ഉണക്കമീൻ പൊരിച്ചതും ഫക്കീറിന്റെയും കുഞ്ഞമ്മദ്ക്കയുടേയും മുന്നി ലെത്തി. ഫക്കീർ കുശാലായി ചമ്രം പടിഞ്ഞിരുന്ന് പതുക്കെപ്പെതുക്കെ ഓരോ തമാശകൾ പറഞ്ഞും ഉച്ചത്തിൽ ചിരിച്ചും ദിക്റ് ചൊല്ലിയും ഭക്ഷണം കഴിക്കാൻ തുടങ്ങി.

ഭക്ഷണം കഴിച്ചു കഴിഞ്ഞ്, മൂന്നു ഗ്ലാസ് പച്ചവെള്ളവും കുടിച്ച് അയാൾ ഏമ്പക്കമിട്ടു. പിന്നെ ഇരുന്നിടത്തുനിന്ന് എഴുന്നേല്ക്കാതെ തന്നെ കിണ്ടി പൊക്കിയെടുത്ത് പുറത്തേക്ക് നീട്ടി കൈകഴുകി. തോളി ലിട്ടിരുന്ന മുണ്ടിൽ കൈ തുടച്ചു. എന്നിട്ട് ആ മുണ്ടുകൊണ്ടുതന്നെ ചുണ്ടും മുഖവും അമർത്തിത്തുടച്ച് ഏതോ അഗാധമായ ചിന്തയിലാണ്ട പോലെ ഇരുന്ന് കണ്ണടച്ച് വിശുദ്ധ മന്ത്രങ്ങൾ ഉരുവിടാൻ തുടങ്ങി. വളരെ പതുക്കെയാണ് അയാൾ മന്ത്രങ്ങൾ ചൊല്ലിയിരുന്നെങ്കിലും ആ രാത്രി നിശ്ശബ്ദതയിൽ കുഞ്ഞിപ്പാത്തുമ്മയും അവളുടെ അനിയത്തിമാരും ഉമ്മ യുമൊക്കെ ദിക്റുകൾ കേട്ടു. അപ്പോൾ അവരിൽ പേടി കൂടി. ഒപ്പം ഭക്തിയും.

നേരം കുറേയായപ്പോൾ അയാൾ കണ്ണുകൾ തുറക്കാതെ കുഞ്ഞ മ്മദ്ക്കയോട് പറഞ്ഞു: "കുഞ്ഞമ്മദേ.. നിന്റെ എടങ്ങേറുകൾ ഞാൻ മനസ്സിലാക്കുന്നു. എന്നാൽ ഇന്നു മുതൽ ഒന്നു കൊണ്ടും നിനക്ക് വിഷ മിക്കേണ്ടി വരില്ല. നിന്റെ അഞ്ചു പെൺമക്കളേയും കെട്ടിച്ചയക്കാൻ നിനക്ക് കഴിയും.."

കുഞ്ഞമ്മദ്ക്ക ഞെട്ടിപ്പോയി. ഇതെന്തൊരു കഥ? പൊന്നും പണവും തറവാടും വീടൊന്നുമില്ലാത്ത തന്റെ മക്കളെ ആരാണ് കൈപിടിച്ചു കൊണ്ടുപോവുക?

കുഞ്ഞമ്മദ്ക്ക ചിന്തിക്കവേ, ഫക്കീർ തൂമന്ദഹാസം ചൊരിഞ്ഞ് പതുക്കെ പറഞ്ഞു: "ആ... എല്ലാരും ഉറങ്ങാൻ നോക്കിൻ..."

കുഞ്ഞിപ്പാത്തുമ്മയും ആമിനക്കുട്ടിയും വിളക്കൂതി. കുഞ്ഞമ്മദ്ക്ക

ഫക്കീറിനടുത്തു തന്നെ ഓലപ്പായ വിരിച്ച് സന്തോഷത്തോടെ കിടന്നു.

"കുഞ്ഞമ്മദേ...."

വീണ്ടും വിളി.

"എന്ത്യേ...ഫക്കീറുപ്പാപ്പാ?"

"എടാ.. നിന്റെ മൂത്ത മകൾ കുഞ്ഞിപ്പാത്തുമ്മയുടെ ഭാഗ്യം തെളി ഞ്ഞിരിക്കുന്നു. യാ..അല്ലാഹ്..."

പൊടുന്നനെ അകത്ത് വിളക്കു തെളിഞ്ഞു. കുഞ്ഞിപ്പാത്തുമ്മ പുര മുകളിലേക്ക് നോക്കി മലർന്നു കിടന്നു. അന്നേരം ഒരു പല്ലി ചിലയ്ക്കു ന്നതിന്റെ ശബ്ദം കുഞ്ഞിപ്പാത്തുമ്മ ശരിക്കും കേട്ടു. അവളുടെ മനസ്സിൽ തേന്മഴ പെയ്തു. കവിൾ ചുകന്നു തുടുത്തു. മനസ്സ് തരളിതമായി....

അപ്പോഴതാ ഫക്കീറുപ്പാപ്പാ വീണ്ടും ചുണ്ടനക്കുന്നു: "കുഞ്ഞമ്മ ദേ... ഇന്നു തൊട്ട് പതിനേഴാംനാൾ തെക്കുനിന്നൊരു രാജകുമാരൻ നിന്റെ സുന്ദരിയായ കുഞ്ഞിപ്പാത്തുമ്മയെ കെട്ടാൻ ഒരുങ്ങി വരും...."

ഇതും പറഞ്ഞ് ഫക്കീറുപ്പാപ്പാ വീണ്ടും തസ്ബീഹ് മാലയിൽ വിരൽ കൊണ്ട് മണി മുട്ടിച്ച് ദിക്റ് ചൊല്ലി. മറുത്തെന്തെങ്കിലും ചോദിക്കാനോ പറയാനോ കുഞ്ഞിപ്പാത്തുമ്മയ്ക്കും അവളുടെ ഉമ്മായ്ക്കും ബാപ്പാ യ്ക്കും ആഗ്രഹമുണ്ടായിരുന്നുവെങ്കിലും അവരുടെ നാവപ്പോൾ തരിച്ചു കിടക്കുകയായിരുന്നു. കണ്ണുകൾ കാഴ്ചകളുടെ തിരക്കിലായിരുന്നു. അവ സാനം ഫക്കീറിന്റെ നിറഞ്ഞ സാമീപ്യത്തിൽ അവരെല്ലാം ഉറങ്ങുകയും നല്ല കിനാവുകൾ കാണുകയും ചെയ്തു.

കുഞ്ഞിപ്പാത്തുമ്മയുടെ കിനാവിൽ ഫക്കീറിന്റെ ചുവന്ന കണ്ണുകൾ പാറിപ്പാറിക്കളിച്ചു. ആ ചുകക്കണ്ണുകൾ അവളുടെ ഇളം മേനിയാകെ നോക്കി ക്കൊണ്ട്, അവളെ വല്ലാത്തൊരുന്മാദാവസ്ഥയിലേക്ക് തള്ളിയിടുകയും അവ ളിൽ നവരസ സുഖം പകരുകയും ചെയ്തു. അവസാനം അവൾക്കു മുകളിൽ കത്തുന്ന രണ്ടു നക്ഷത്രങ്ങളായി ആ കണ്ണുകൾ പ്രഭ ചൊരിഞ്ഞു.

സുബഹി ബാങ്ക് കേട്ടപ്പോൾ കുഞ്ഞമ്മദ്ക്ക ഞെട്ടിയുണർന്നു. ഫക്കീറുപ്പാപ്പ അപ്പോഴും അതേ ഇരുപ്പിലിരുന്ന് ദിക്ർ ചൊല്ലുകയായിരുന്നു.

കുഞ്ഞിപ്പാത്തുമ്മയും ആമിനക്കുട്ടിയും സന്തോഷത്തോടെ ഉണ്ടാ ക്കിയ പത്തിരിയും തേങ്ങാപ്പാലും നന്നായി കഴിച്ച്, ഒരു ചുരുട്ട് കത്തിച്ച് പുകയൂതി ഫക്കീറുപ്പാപ്പ യാത്ര പറഞ്ഞ് പടിയിറങ്ങി.

പിന്നെ ആ ഫക്കീറിനെ കണ്ടവരാരും തന്നെ ഞങ്ങളുടെ നാട്ടിലില്ല. എന്നിട്ടും അതിൽ പിന്നീട് കുഞ്ഞിപ്പാത്തുമ്മ തെക്കുനിന്നുള്ള പുതു മാരനെ കാത്തു. സുകൃതം നിറഞ്ഞ ഈ അത്ഭുത സംഭവം കുഞ്ഞമ്മ ദ്ക്കയോ ആമിനക്കുട്ടിയോ കുഞ്ഞിപ്പാത്തുമ്മയോ ആരോടും പറഞ്ഞില്ല. പറഞ്ഞാൽ അതിന്റെ ഫലം പോയെങ്കിലോ എന്ന ഭയമായിരുന്നു അവർ ക്കുണ്ടായിരുന്നത്. എങ്കിലും ഫക്കീറുപ്പാപ്പ പറഞ്ഞ പതിനേഴാമത്തെ ആ സുന്ദര സുദിനവും കാത്ത് ആ കുടുംബം ഉറക്കമിളച്ചിരുന്നു.

എന്നാൽ സുഹൃത്തുക്കളേ.. അയാൾ ശരിക്കുമൊരു ഔലിയ തന്നെ യാണെന്ന സത്യം തെളിയിച്ചു കൊണ്ടാണ് അന്നു തൊട്ട് പതിനേഴാം

നാൾ ഉച്ചയ്ക്കു മുമ്പായിത്തന്നെ കുഞ്ഞമ്മദ്ക്കയെത്തേടി അതിസുന്ദ രരായ രണ്ടു ചെറുപ്പക്കാർ ഗ്രാമത്തിൽ ബസിറങ്ങിയത്. സത്യത്തിൽ കുഞ്ഞമ്മദ്ക്ക ആരോടും ഇക്കാര്യങ്ങളൊന്നും പറയാതെ അവരെ കാത്തിരിക്കുകയായിരുന്നതിനാൽ അവർക്ക് കുഞ്ഞമ്മദ്ക്കയെ അന്വേ ഷിക്കേണ്ടി വരികയോ കണ്ടുപിടിക്കാൻ വിഷമിക്കേണ്ടി വരികയോ ചെയ് തില്ല.

കുഞ്ഞമ്മദ്ക്കയ്ക്ക് ആ രണ്ടു ചെറുപ്പക്കാരെയും കണ്ടമാത്രയിൽ തന്നെ ഇഷ്ടമായി. തന്റെ രണ്ടു മക്കൾക്കും നന്നായിണങ്ങുന്ന ചെറുപ്പ ക്കാർ തന്നെയാണിവരെന്ന് അയാളുറപ്പിച്ചു. അതിൽ ഒരുവൻ വിവാഹി തനാണെന്നും രണ്ടു കുട്ടികളുടെ പിതാവാണെന്നും പറഞ്ഞതോടെ കുഞ്ഞമ്മദ്ക്കയുടെ സ്വപ്നം കുഞ്ഞിപ്പാത്തുമ്മയിൽ മാത്രമൊതുങ്ങി.

അങ്ങനെ അവർ കുഞ്ഞിപ്പാത്തുമ്മ എന്ന ഹൂറിയെ കാണുകയും ഇഷ്ടപ്പെടുകയും ചെയ്തു. അല്ലാഹുവിന്റെ കൃപയാലും മുത്തു നബി യുടെ കരുണയാലും ഫക്കീറുപ്പാപ്പയുടെ പ്രവചനം മൂലമാണ് ഈ മഹാ ഭാഗ്യം തങ്ങൾക്ക് കൈവന്നിരിക്കുന്നതെന്ന് ആ ചെറിയ പാവപ്പെട്ട കുടുംബം തീർച്ചപ്പെടുത്തി. എന്നാൽ ഫക്കീറുപ്പാപ്പയെക്കുറിച്ചോ അയാ ളുടെ രൂപത്തെപ്പറ്റിയോ തങ്ങൾക്കൊന്നും അറിയില്ലെന്ന് ചെറുപ്പക്കാർ പറഞ്ഞതോടെ ഫക്കീറുപ്പാപ്പ യഥാർത്ഥത്തിൽ ദൈവം തന്നെയായി രിക്കാം എന്ന് കുഞ്ഞമ്മദ്ക്കയും കുടുംബവും പെട്ടെന്നുതന്നെ ഉറപ്പി ക്കുകയും സമാധാനിക്കുകയും ചെയ്തു.

പിന്നെയൊക്കെ വളരെ പെട്ടെന്നായിരുന്നു. പണ്ടവും പണവും ഒന്നു മില്ലാതെ കച്ചവടക്കാരനായ സുലൈമാൻ കുഞ്ഞിപ്പാത്തുമ്മയെ നിക്കാഹ് ചെയ്തു. രണ്ടു പവന്റെ ചെയിൻ മഹറായും കാതിലേക്ക് കമ്മലുകളും കൈയി ലേക്ക് വളകളും അയാൾ ഉണ്ടാക്കിക്കൊടുക്കുകയും ചെയ്തു. ഇതോടെ നാടായ നാട്ടിലൊക്കെ കുഞ്ഞിപ്പാത്തുമ്മയുടെ മഹാഭാഗ്യം അറിഞ്ഞു.

എന്നാൽ ബഹുമാന്യരേ.. കുഞ്ഞിപ്പാത്തുമ്മയുടെ ഭാഗ്യം കുഞ്ഞി പ്പാത്തുമ്മയ്ക്ക് മാത്രമുള്ളതായിരുന്നു. അതെന്താണെന്നു ചോദിച്ചാൽ കുഞ്ഞിപ്പാത്തുമ്മയെ നിക്കാഹു ചെയ്തതിന്റെ പിറ്റേ ദിവസം തന്നെ തെക്കുള്ള തന്റെ വീട്ടിലേക്ക് സുലൈമാൻ അവളെ കൂട്ടിക്കാണ്ടു പോയി.

കുഞ്ഞിപ്പാത്തുമ്മ കരഞ്ഞു. അവളുടെ ഉമ്മയും അനിയത്തിമാരും അനിയന്മാരും കരഞ്ഞു. കുഞ്ഞമ്മദ്ക്കയും ആമിനക്കുട്ടിയും സന്തോ ഷത്തോടെയും അഭിമാനത്തോടെയും മകളെ സുലൈമാന്റെ കൂടെ യാത്രയയക്കുകയും അടുത്ത മകൾ ഉമ്മു കുൽസുവിനേയും ഇതു പോലെ ആരെങ്കിലും വന്ന് കെട്ടിക്കൊണ്ടു പോകണേ... എന്ന് ഉള്ളു രുകി പ്രാർത്ഥിക്കുകയും ചെയ്തു.

കുഞ്ഞിപ്പാത്തുമ്മ പോയതോടെ വീടാകെ ദുഃഖമയമായി. എങ്കിലും ഉമ്മു കുൽസുവും ഖമറുന്നിസയും റൈഹാനത്തും മൈമുനയും ആമി നക്കുട്ടിയും കുഞ്ഞമ്മദ്ക്കയും ഇനിയും ഏതെങ്കിലുമൊരു ദിവസം ആ ഔലിയയായ ഫക്കീറുപ്പാപ്പ വരാതിരിക്കില്ല എന്ന് കരുതി സമാധാനിച്ചു.

അയാളുടെ രണ്ടാംവരവും മൂന്നാംവരവും കാത്ത് അവരിരുന്നു. അതി നിടയിൽ കുഞ്ഞിപ്പാത്തുമ്മയെ അവരൊക്കെ പറ്റെ മറന്നു കഴിഞ്ഞിരുന്നു.

അഞ്ചാറു മാസം കഴിഞ്ഞിട്ടും കുഞ്ഞിപ്പാത്തുമ്മയുടെ ഒരു വിവരവും കിട്ടാതിരുന്നപ്പോൾ, കിട്ടിയ മേൽവിലാസവുമായി കുഞ്ഞമ്മദ്ക്ക കുഞ്ഞി പ്പാത്തുമ്മയേയും സുലൈമാനേയും തേടി യാത്ര പുറപ്പെട്ടു. പലരിൽ നിന്നും പണം കടം വാങ്ങിയായിരുന്നു യാത്ര. കവലയിൽ ബസിറങ്ങിയ ഉടനെ അടുത്തു കണ്ട ഒരു പെട്ടിക്കടയിൽനിന്നും രണ്ടു കൂട് മിക്സ ച്ചുറും ബീഡിയും തീപ്പെട്ടിയും വാങ്ങി. കുഞ്ഞമ്മദ്ക്ക പെട്ടിക്കടക്കാര നോട് ചോദിച്ചു: "അല്ലാ തെക്കേപ്പെറമ്പിൽ സുലൈമാന്റെ വീടേതോ?"

കച്ചവടക്കാരൻ വയസ്സനെ രൂക്ഷമായൊന്നു നോക്കി. പിന്നെ ചെറു ചിരിയോടെ പറഞ്ഞു: "പടിഞ്ഞാറോട്ടുള്ള ഇടവഴിയിലൂടെ ഇത്തിരി നട ന്നാൽ ഒരു ടെരസ് കാണാം. അതുതന്നെയാണ് വീട്!"

കുഞ്ഞമ്മദ്ക്ക സമാധാനത്തോടെ ശ്വാസം നേരെ വിട്ടു. എങ്കിലും അയാളിൽ അസ്വാസ്ഥ്യം പെരുകി. ടെരസ് വീട്? അയാളിൽ അഷ്ടാദം അലതല്ലി. ഒപ്പം തന്റെ മകളെ ഉടനെ കാണാമല്ലോ എന്ന പ്രതീക്ഷയും വളർന്നു.

ഇടവഴിയിലൂടെ നടക്കുമ്പോൾ നേരം ഇരുളുകയായിരുന്നു. കുഞ്ഞ മ്മദ്ക്കയെ നോക്കിച്ചിരിച്ച് രണ്ടു മൂന്ന് ചെറുപ്പക്കാർ കടന്നുപോയി. അവ രോടൊന്നും വീടു ചോദിക്കാനോ മറ്റെന്തെങ്കിലും അന്വേഷിക്കാനോ അ യാൾക്കായില്ല.

അയാൾക്കപ്പോൾ നന്നായി വിശക്കുന്നുണ്ടായിരുന്നു. നല്ല ക്ഷീണവും. അതിരാവിലെ പുറപ്പെട്ടതാണ്. ഉച്ചയ്ക്ക് ഒന്നും കാര്യമായി കഴിക്കാനൊത്തില്ല. ഏതായാലും വീടെത്തിയല്ലോ എന്ന് മനസ്സിൽ കരുതി അയാൾ നടന്നു.

വലിയ ടെരസിനു മുന്നിലെത്തി അയാൾ അന്തിച്ചു നിന്നു. ഇതുത ന്നെയാണോ സുലൈമാന്റെ വീട് എന്ന് അയാൾക്ക് ശങ്കയുണ്ടായി. അവ സാനം ഗേറ്റു തുറന്ന് കിതപ്പോടെ അയാൾ മുറ്റത്തേക്ക് കേറി. മുറ്റത്ത് വിശാലമായ പൂന്തോട്ടമായിരുന്നു. പൂന്തോട്ടം നിറയെ വിവിധ നിറങ്ങളി ലുള്ള പൂക്കൾ വിരിഞ്ഞുനിന്നിരുന്നു. അതൊക്കെ കണ്ടപ്പോൾ ഏതു പിതാവും സന്തോഷിക്കുന്നതുപോലെ കുഞ്ഞമ്മദ്ക്കയും ആഹ്ലാദിച്ചു.

ഒരു തണുത്ത കാറ്റ് വീശി.

കോളിങ് ബെല്ലിനെക്കുറിച്ച് കേട്ടറിവുപോലുമില്ലാത്ത അയാൾ ഉമ്മ റപ്പടിയിൽ നിന്ന് ഉച്ചത്തിൽ രണ്ടു മൂന്ന് ചുമ ചുമച്ചു.

വാതിൽ പെട്ടെന്ന് തുറന്നു.

കുഞ്ഞമ്മദ്ക്ക അന്തം വിട്ടു. കർട്ടൻ വകഞ്ഞു മാറ്റി തന്നെ നോക്കി ച്ചിരിക്കുന്നത് തന്റെ മകൾ കുഞ്ഞിപ്പാത്തുമ്മ തന്നെയാണോ എന്ന് അയാൾ അമ്പരന്നു. കുഞ്ഞിപ്പാത്തുമ്മ നന്നായി തടിച്ച് വെളുത്ത് ഒന്നു കൂടി സുന്ദരിയായിരിക്കുന്നു. മാത്രമല്ല, കൈയിലും കഴുത്തിലും കാതിലും നിറയെ സ്വർണ്ണാഭരണങ്ങൾ...

അയാൾ നിർന്നിമേഷനായി കുഞ്ഞിപ്പാത്തുമ്മയെ നോക്കി നിന്നു. കുഞ്ഞിപ്പാത്തുമ്മയാവട്ടെ, ഒരു സിനിമയിലെ നായികയെപ്പോലെ തന്റെ പിതാവിന്റെ അടുത്തേക്ക് ഓടിയെത്തുകയും ആഹ്ലാദത്തോടെ ഉപ്പാ എന്ന് വിളിച്ച് കെട്ടിപ്പിടിക്കുകയും ചെയ്തു. മകളെ കണ്ട സന്തോഷത്താധി കൃത്താൽ കുഞ്ഞമ്മദ്ക്കയുടെ വിശപ്പ് പറ്റെ മാറി. അയാൾക്ക് ഒന്നും സംസാരിക്കാനായില്ല.

അയാൾ പൂമുഖത്തെ സോഫയിലിരുന്ന് ചുറ്റും കണ്ണോടിച്ചു. ഒപ്പം തന്റെ മകളുടെ ഭാഗ്യത്തെക്കുറിച്ച് ഉള്ളാലെ സന്തോഷിച്ചു. കുളിരുള്ള നിലാവിൽ ചുട്ടു കത്തിച്ചുവന്ന ഫക്കീറുപ്പാപ്പയെ അയാൾ അന്നേരം ദയ യോടെ ഓർത്തു.

കുഞ്ഞിപ്പാത്തുമ്മ തണുത്ത മുന്തിരി ജ്യൂസ് നീട്ടി പറഞ്ഞു: "ഉപ്പാ.. ഇത് കുടിച്ചോളിൻ."

ജ്യൂസ് ഒറ്റവലിക്ക് കുടിച്ച് തീർത്ത് അയാൾ പെട്ടെന്നു ചോദിച്ചു: "സുലൈമാനെവെഡെ മാളേ..?"

"പുറത്ത് പോയതാ...ദാ..പ്പാ...വരും"

ഇതും പറഞ്ഞ് കുഞ്ഞിപ്പാത്തുമ്മ അകത്തേക്ക് കയറി. അന്നേര ത്താണ് ഒരു ചെറുപ്പക്കാരൻ പടി കടന്നുവരുന്നത്.

അവൻ പരുങ്ങലോടെ കുഞ്ഞമ്മദ്ക്കയെ ഒരു നോക്കു നോക്കി കോളിങ് ബെല്ലിൽ വിരലമർത്തി.

കുഞ്ഞിപ്പാത്തുമ്മ ചിരി തുവി മുന്നിൽ. ചെറുപ്പക്കാരൻ ആഹ്ലാദ ത്തോടെ അകത്ത് കടന്നു.

"ഓലെ കുടുംബക്കാരനാ..."

കുഞ്ഞമ്മദ്ക്ക സമാധാനിച്ചു. അയാളിൽ വെറുതെ ഓരോരോ ദുഷ് ചിന്തകൾ വളരാൻ തുടങ്ങി. അതിനവസാനം അയാൾ പടച്ചവനെ വിളിച്ചു പ്രാർത്ഥിച്ചു. കുറച്ചു കഴിഞ്ഞപ്പോൾ സുലൈമാൻ വന്നു. കൂടെ കരു ത്തരായ മൂന്ന് യുവാക്കളും. സുലൈമാൻ ആഹ്ലാദത്തോടെ കുഞ്ഞമ്മ ദ്ക്കയെ കെട്ടിപ്പിടിച്ചു. പിന്നെ സുഹൃത്തുക്കൾക്ക് പരിചയപ്പെടുത്തി ക്കൊടുത്തു.

വീട് ശബ്ദമുഖരിതമായി. വെളിച്ചം തെളിഞ്ഞു. കുഞ്ഞിപ്പാത്തുമ്മ സന്തോഷത്തോടെ വീടാകെ ഓടി നടന്നു. ഇടയ്ക്കിടയ്ക്ക് വന്നു കൊണ്ടി രുന്ന ഫോൺ വിളികൾക്കെല്ലാം ചിരിച്ചും രസിച്ചും മറുപടി പറഞ്ഞു കൊണ്ടിരുന്നു.

കുഞ്ഞമ്മദ്ക്ക ഒരു അത്ഭുതലോകത്തെത്തിയതുപോലെ ഒന്നും മനസ്സിലാവാതെ ഒരു മുറിയിൽ തളർന്നു കിടന്നു. കുറെ നേരം കഴിഞ്ഞ പ്പോൾ കുഞ്ഞിപ്പാത്തുമ്മ ഭക്ഷണം കഴിക്കാൻ വിളിച്ചു. ഭക്ഷണം കഴിച്ച് കഴിഞ്ഞപ്പോൾ കിടക്കവിരി ശരിയാക്കി കുഞ്ഞമ്മദ്ക്കയെ കുഞ്ഞിപ്പാ ത്തുമ്മ ഒരു സ്വകാര്യ മുറിയിലേക്കാനയിച്ചു.

"ഇവിടെ കടന്നൊറങ്ങിക്കോളീൻ.. ഓലെ ചെങ്ങായിമാർ ഒറങ്ങണെ ങ്കി നേരം കൊറേയാവും"

നല്ല ക്ഷീണമുണ്ടായിരുന്നതിനാൽ കുഞ്ഞമ്മദ്ക്ക പെട്ടെന്നു തന്നെ വാതിലടച്ച് കിടക്കയിൽ മലർന്നു കിടന്നു. എന്നാൽ ലൈറ്റണച്ചിട്ടും കണ്ണുകൾ അമർത്തി പൂട്ടിയടച്ചിട്ടും അയാൾക്ക് ഉറക്കം വന്നില്ല. അയാളുടെ മനസ്സ് എന്തിനെന്നില്ലാതെ അസ്വസ്ഥമായിക്കൊണ്ടിരിക്കുകയായിരുന്നു അപ്പോൾ.

പെട്ടന്ന്, അപ്പുറത്തെ മുറിയിൽനിന്നും പൊട്ടിച്ചിരികളും ഉച്ചത്തിലുള്ള ബഹളങ്ങളും അയാൾ കേട്ടു. അയാൾ കണ്ണു തുറന്നു. അതെ, കുഞ്ഞിപ്പാത്തുമ്മായുടേതാണ് മനോഹരമായ ആ ചിരി. കൂടെ വേറെയും പെണ്ണുങ്ങളുടെ ചിരിയും സംസാരവും..

അയാൾക്ക് ഉറങ്ങാനായില്ല. ഒപ്പം അതിസങ്കടവും ഒരു തരം നിഗൂഡതയും അയാളെ പൊതിഞ്ഞു. താനേതോ സ്വപ്നത്തിലാണോ എന്നയാൾ ശങ്കിച്ചു. പെടുന്നനെ, എന്നോ കേട്ടു മറന്ന ഏതോ ദിക്റിന്റെ നേരിയ ഈണം അയാളിലേക്ക് സാന്ത്വനമായി ഒഴുകിയെത്തി. അയാളിൽ ആഹ്ലാദവും ആനന്ദവും ഒരുമിച്ച് തുടി കൊട്ടി. നേരാണ്, അത് ഫക്കീറുപ്പാപ്പയുടെ ഘനഗാംഭീര്യം നിറഞ്ഞ ആ മന്ത്രോച്ചാരണങ്ങൾ തന്നെ. ഒരു സംശയവുമില്ല. അയാൾ ഉറപ്പിച്ചു.

കുഞ്ഞമ്മദ്ക്ക പതുക്കെ കിടക്കയിൽനിന്നും ആകാംക്ഷയോടെ എഴുന്നേറ്റു. അയാളിൽ ഭക്തിയും ഭയവും നിലയില്ലാതെ ഉയർന്നു പൊങ്ങി. അതെല്ലാം ഒതുക്കി, കുഞ്ഞമ്മദ്ക്ക മെല്ലെ കിഴക്കു ഭാഗത്തെ ജനാലയ്ക്കരികിലേക്ക് അരിച്ചെത്തി അകമുറിയിലേക്ക് സാകൂതം ഏന്തി നോക്കി.

അയാൾക്ക് വിശ്വസിക്കാനായില്ല. കണ്ണിമ പൂട്ടാനാവാതെ അയാൾ നിശ്ചലനായി..

മുറിയിൽ ഫക്കീറുപ്പാപ്പ ചമ്രം പടിഞ്ഞിരിക്കുന്നു... മന്ത്രങ്ങൾ ഉരുവിടുന്നു... മടിയിൽ തല വെച്ച്, അരയിൽ കെട്ടിപ്പിടിച്ച് ഒരു സുന്ദരിയും...

സൂര്യൻ ഒരു ചാൺ അകലെ

ആൽമരച്ചുവട്ടിലെ കറുത്ത കൂടാരം കണ്ട് ജനം അമ്പരന്നു. അത്ഭു തത്തോടെയും പേടിയോടെയും ഒന്നും മനസ്സിലാവാതെ അവർ പരസ്പരം നോക്കി. സുതാര്യമായ മഞ്ഞു കവചത്തിനുള്ളിൽ സ്വർഗ്ഗത്താഴ്വരയിലെ മനോഹരമായ ഒരു കുടിൽ പോലെയുള്ള ആ തമ്പ് കൂടി നിന്നവരെ യെല്ലാം ഞെട്ടിച്ചു. അവരുടെ മനസ്സിൽ ഭ്രാന്തൻപുക്കൾ പോലെ ഭയം വളർന്നു. അതിനാൽ നല്ല തണുപ്പുള്ള, മഞ്ഞുപെയ്യുന്ന ആ പ്രഭാതത്തിൽ മുസ്ല്യാമാരും കൂലിപ്പണിക്ക് പോകാനിറങ്ങിയവരും നാടന്മാരുമൊക്കെ വിയർത്തു. കണ്ണുകളിൽ അത്ഭുതത്തിന്റെ തീപ്പന്തങ്ങൾ ചുകന്നാളിക്കത്തി. എന്നിട്ടും കൂടാരത്തിൽനിന്നും കണ്ണെടുക്കാൻ അവർക്ക് കഴിഞ്ഞില്ല.

ആൽമരത്തിന് തൊട്ടടുത്തായി, നല്ല വെടിപ്പാർന്ന സ്ഥലത്ത് ആരോ രുമറിയാതെ ആരാണ് ഈ കൂടാരം പണിതതെന്ന് പലവട്ടം ചിന്തിച്ചിട്ടും ഉത്തരം കിട്ടാതെ, എന്തുചെയ്യണമെന്നറിയാതെ ജനക്കൂട്ടം പരുങ്ങി. നല്ല തണുപ്പാർന്ന ഏറനാടൻ കാറ്റ് പതുക്കെ വീശി. ആൽമരത്തിന്റെ അസംഖ്യം ഇലകൾ വിറയാർന്നു. ഭൂമിയിലേക്ക് പഴുത്ത കുറേ ഇല കൾ പൊഴിഞ്ഞു വീണു.

ഇന്നലെ രാത്രി നന്നേ വൈകിയായിരുന്നു മമ്മു വീടണഞ്ഞത്. അവനും അവനെപ്പോലുള്ള ഒട്ടേറെ ചെറുപ്പക്കാരും അർദ്ധരാത്രി കഴി ഞ്ഞായിരിക്കും എന്നും വീടണയുക. അന്നേരമൊന്നും കവലയിൽ ഇങ്ങനെയൊരു കൂടാരമോ മറ്റാളുകളോ ഉണ്ടായിരുന്നില്ല. ഇക്കാര്യം ഓർ മ്മിച്ചെടുക്കവെ, സുബോധത്തിന്റെ തീരമണഞ്ഞ സൗഖ്യം ചിലരിലു ണ്ടായി. കുഞ്ഞിമുഹമ്മദ് മൊല്ലാക്കയും പുലർകാല വെട്ടത്തിന്റെ അതി തെളിച്ചത്തിലൂടെയാണ് രാവിലെ പള്ളിയിലെത്തിയത്. അപ്പോഴും ആൽ മരച്ചുവട്ടിൽ ഒരു മനുഷ്യജീവിയും ഇല്ല. പിന്നെ, രാത്രിയുടെ ഏതു നിമി ഷത്തിൽ ആരാണ് ഇങ്ങനെയൊരു കൂടാരം പണിതത്? ഇരുളിന്റെ കരി

മ്പടത്തിൽനിന്നും എപ്പോഴാണ് കൂടാരം മുളച്ചു പൊന്തിയത്?

മൊല്ലാക്ക സർവ്വശക്തനായ അല്ലാഹുവിനെ മനസ്സിൽ സ്തുതിച്ചു.

പള്ളിക്കുള്ളിലും പരിസരത്തും കവലയിലും ഒരു നേർച്ചയ്ക്കെന്നെ പോലെ ജനം തിങ്ങിക്കൂടി. അവരുടെ മുഖം നിറയെ ഭയം പടർന്നു. കൈകാലുകളിൽ കുഴച്ചിൽ. അതുകൊണ്ടുതന്നെ കൂടാരം അവരിൽ വള രാൻ തുടങ്ങി. തങ്ങളുടെ രക്ഷയ്ക്കായി ആരും ഇറങ്ങിവരാനില്ലല്ലോ എന്ന് അവർ വേദനയോടെ ഓർത്തു. അപ്പോഴാണ്, കിനാവിന്റെ ഇതളു കൾ വിരിയിച്ച് ആകാശക്കുട്ടിൽ സൂര്യൻ തിളങ്ങിയുണർന്നത്. ചുടില്ലാത്ത വെയിൽത്തുള്ളികൾ മഞ്ഞു കണികകൾക്കുള്ളിലൂടെ ആൽമരത്തിനു മുകളിലേക്ക് പാറി വന്നു. പിന്നെ, ഇലപ്പടർപ്പുകളിൽ ലയിച്ച്, കൂടാര ത്തിനു മുകളിൽ ഒരു വലിയ തിളക്കമായി മിന്നി. അതിന്റെ ശോഭ ജന ങ്ങളിലൂടെ പാഞ്ഞു. അപ്പോൾ അവർക്ക് തെല്ലൊരു മനഃശ്ശാന്തി കൈ വന്നു. അവർ കൗതുകത്തോടെ കൂടാരം വീണ്ടും വീണ്ടും കണ്ടു.

കറുത്ത പട്ടുകൊണ്ടും നേരിയ ചുകപ്പ് നാടകൊണ്ടും വളരെ ഭംഗി യായാണ് കൂടാരം പണിതുയർത്തിയിരിക്കുന്നത്. മേലാപ്പിന്റെ കറുപ്പിന ടിയിൽ ചുകപ്പ് തിളക്കത്തോടെ മയങ്ങിക്കിടന്നു.

പൊടുന്നനെ, കൂട്ടത്തിൽ നിന്നും ആരോ വിളിച്ചു പറഞ്ഞു: "ഇദ് തമിയമ്മാരുടെ ടെന്റ്ല്ലേ മന്സമ്മാരേ."

ജനത്തിന് നല്ല ആശ്വാസം തോന്നി. ശരിയാണ്. ഉപജീവനത്തിന് കല്ലു കൊത്തിയും അമ്മി കൊത്തിയും കൈ നോക്കിയുമൊക്കെ ജീവിക്കുന്ന തമിഴഴ്മ്മാർ മിക്ക ഗ്രാമങ്ങളിലും ഇത്തരം ടെന്റുകൾ കെട്ടാറുണ്ട്. അവ രിൽ ആരെങ്കിലുമായിരിക്കാം ഇത് പണിഞ്ഞിരിക്കുക. ജനം അങ്ങനെയും ചിന്തിച്ചു. ആ സമയത്തുതന്നെയാണ് കൂടാരത്തിനകത്തേക്ക് ഒരിടത്തു ടെയും വഴിയില്ല എന്ന കാര്യവും അവർ ഞെട്ടലോടെ മനസ്സിലാക്കിയത്.

"എന്തു വന്നാലും വേണ്ടില്ല.. ദ് ബ്ട്ന്ന് പൊളിച്ച് മാറ്റണം."

–ഒരു വയസ്സൻ പ്രഖ്യാപിച്ചു. അത് പറഞ്ഞുതീരും മുമ്പുതന്നെ ഒരു ചെറുപ്പക്കാരൻ അതിനെ എതിർത്ത് അട്ടഹസിച്ചു: "നാ ദ് പൊളിച്ചു മാറ്റണത് ച്ചൊന്ന് കാണണം."

കാരണവരും ചെറുപ്പക്കാരനും പരസ്പരം പകയോടെ തുറിച്ചു നോക്കി. രണ്ടു പേരിലും വന്യമായ ഗോത്രവിചാരവും കുടുംബമഹിമയും നുരഞ്ഞു. അപ്പോൾ തറവാടിയായ വയസ്സന്റെ കൈകാലുകൾ വിറച്ചു. അതിനവ സാനം മുന്നേ ചാടിയ ദേഷ്യമൊതുക്കി കാരണവർ കൂടാരം ചവിട്ടിപ്പൊ ളിക്കാനാഞ്ഞു. നോക്കി നില്ക്കുകയായിരുന്ന വയസ്സന്റെ അനുയായികളും ചെറുപ്പക്കാരനു പിന്നിലെ യുവാക്കളും പരുങ്ങി. അവസാനം ചെറുപ്പക്കാർ വയസ്സനു ചുറ്റും തിങ്ങിക്കൂടവെ, അവരെ പേടിയുടെ പൊട്ടക്കിണറ്റിലേ ക്കെറിഞ്ഞ് കൂടാരത്തിനുള്ളിൽനിന്നും അത്യുച്ചത്തിൽ വിശുദ്ധ സൂക്ത ങ്ങൾ താളാത്മകമായൊരു സംഗീതംപോലെ ഒഴുകി വരാൻ തുടങ്ങി.

പാപത്തിന്റെ പുകപറ്റി കറുത്തു പോയ ജനമനസ്സിന്റെ പ്രതലത്തിനു മുകളിലൂടെ തെളിനീരൊഴുക്കുപോലെ സൂക്തങ്ങൾ ഒഴുകി. മനസ്സിന്റെ

നനവു കലർന്ന ഉൾത്തണുപ്പിൽ ദിവ്യമന്ത്രങ്ങൾ പ്രതിദ്ധ്വനിക്കുന്നതായി അവരറിഞ്ഞു. കൂടാരത്തിനുള്ളിൽ ആരായിരിക്കുമെന്നറിയാൻ ജന ങ്ങൾക്ക് ജിജ്ഞാസ കൂടി. ചെയ്തു പോയ പാപങ്ങളും തിന്മകളും അവ രിൽ ചിറക് വിരിച്ചു പറക്കാൻ തിടുക്കം കൂട്ടി. മടക്കിവെച്ച പാപക്കുമ്പാ രങ്ങളിൽനിന്നും ഓരോ തിന്മകൾ മുളപൊട്ടി. നാട്ടിലെ സകല പ്രശ്ന ങ്ങൾക്കും തങ്ങൾ തന്നെയാണ് ഉത്തരവാദികളെന്ന് അവരറിഞ്ഞു.

കൂടാരം ചവിട്ടിപ്പൊളിക്കാനോ അതിനകത്തേക്ക് ഇരച്ചു കയറാനോ ആർക്കും കഴിഞ്ഞില്ല. അദൃശ്യമായൊരു പേടി അവരിൽ ഉറവയെടുത്തു. അതോടെ പക മറന്ന്, ദേഷ്യം മറന്ന് അവർ ഒന്നാകാനാഗ്രഹിച്ചു. ഇതിനു പിന്നിലുള്ള രഹസ്യം കണ്ടുപിടിക്കണമെന്നായി. അതിനായി, ഏറ്റവും പ്രായം കൂടിയ കുഞ്ഞുമുഹമ്മദ് മൊല്ലാക്ക എന്ന ഭക്തനെത്തന്നെ ഏല്പിച്ചു.

മൊല്ലാക്ക ഭക്തിയോടെ കണ്ണുകളും കൈകളും ആകാശത്തേക്കു യർത്തി മനം നൊന്ത് പ്രാർത്ഥിച്ചു: "റബ്ബുൽ ആലമീനായ തമ്പുരാനേ... ഈ പരീക്ഷണത്തിൽനിന്നും ഞങ്ങളെ നീ രക്ഷിക്കേണമേ! ഞങ്ങൾ മഹാപാപികളാകുന്നു. ഇവിടം പാപങ്ങളുടെ വലിയ ഒരു കുമ്പാരമായി ത്തീർന്നിരിക്കുന്നു. കാരണം നിന്റെ ആജ്ഞകളനുസരിക്കാത്തവരാണ് ഞങ്ങൾ. പരസ്പര വിദ്വേഷത്തോടെ കഴിയുന്ന ഞങ്ങൾ ദ്രോഹികളും ക്രൂരന്മാരുമാണ്. ഈ നിമിഷത്തിലെങ്കിലും നാഥാ... നീ ഞങ്ങൾക്ക് പൊറുത്ത് മാപ്പാക്കിത്തരേണമേ! നിന്റെ പരീക്ഷണത്തിൽനിന്നും ഞങ്ങളെ നീ രക്ഷപ്പെടുത്തേണമേ."

ഉള്ളുരുകിയ പ്രാർത്ഥന കഴിഞ്ഞപ്പോൾ മൊല്ലാക്കയുടെ ചുക്കിച്ചു ളിഞ്ഞ മുഖം നിറയെ അഭൗമമായൊരു തേജസ്സ് കളിയാടി. കാരുണ്യ ത്തിന്റെ തെളിവെള്ളമായി മൊല്ലാക്കയുടെ കണ്ണിൽനിന്നും കണ്ണുനീർ ഇറ്റിറ്റു വീണു. പെട്ടന്ന് ആൽമരത്തിന്റെ ചെറിയ വിറയൽ നിശ്ചലമായി. പ്രഭാതവെയിലിന്റെ തിളക്കം ഏറിയേറി വന്നു.

അപ്പോൾ കൂടാരത്തിനു മുകളിൽ അത്യത്ഭുതംപോലെ എങ്ങ നെയോ കടും ചുകപ്പാർന്ന സുഗന്ധപ്പുകകൾ ഉരുണ്ടു കൂടി. പുക ആൾ ക്കൂട്ടത്തെ തഴുകി ഒഴുകി നീങ്ങി. പിന്നെ, പള്ളിമിനാരത്തിന്റെ ഉയരങ്ങ ളിലേക്ക് നീന്തിയെത്തി കുറേ ചെറുപുക്കളായി പൊട്ടിവിരിഞ്ഞു. അതിന്റെ അതിസുഗന്ധം കൂടിനിന്നവരുടെ മൂക്കിലേക്ക് തുളച്ചു കയറി. അതോടെ അവരാകെ മത്തുപിടിച്ച പോലെയായി.

അന്നേരം, കൂടാരത്തിന്റെ മുൻഭാഗം നേർത്ത കാറ്റിൽ തുറക്കുന്ന കിളിവാതിൽ പോലെ മാന്ത്രികമായി ആരോ തുറന്നു. ചെറിയ ആ വിട വിലേക്ക് ജനക്കൂട്ടം ജിജ്ഞാസയോടെ കണ്ണെറിഞ്ഞ് ശ്വാസമടക്കി നോക്കി. ആ നിശ്ചലതയിലേക്ക്, അവരെയൊക്കെ ആകെ ഞെട്ടിവിറ പ്പിച്ചുകൊണ്ട് കൂടാരത്തിൽനിന്നും ശുഭ്രവസ്ത്രധാരിയും അതിസുന്ദര നുമായ ഒരു യുവാവ് പതുക്കെപ്പതുക്കെ ചേരുമ്പിന്റെ ഹൃദയത്തിലേക്ക് ഇറങ്ങിവന്നു.

ജനം നിറമിഴികളോടെയും ആർത്തിയോടെയും പേടിയോടെയും

നോക്കി. നല്ല ഒത്ത ഉയരം. ചുകന്നു തുടുത്ത് കരുത്താർന്ന കൈകാലു കൾ. കണ്ണുകളിൽ കാരുണ്യത്തിന്റെ തിളക്കം. മൂക്കത്ത് ഭക്തിയുടെ തെളിച്ചം.

യുവാവ് കൂടാരത്തിനു ചുറ്റും നില്ക്കുന്നവരെ സൗമ്യമായി നോക്കി.

ആഗതന്റെ ചുകന്ന ചുണ്ടിൽ ചെറുജീവൻ തുടിച്ചു. അയാൾ ധന്യ തയോടെ സലാം ചൊല്ലി. ജനക്കൂട്ടം ആരവത്തോടെ സലാം മടക്കി.

"സത്യവിശ്വാസികളേ...... ചേറുമ്പ് നിവാസികളേ..."

—അയാൾ സംബോധന ചെയ്തു.

ആ ശബ്ദം കേട്ടപ്പോൾ ജനക്കൂട്ടം തികച്ചും ശാന്തരായി. നിശ്ചല മായ തടാകം പോലെ അവർ അനങ്ങാതെ നിന്നു. കണ്ണും കാതും കൂർ പ്പിച്ച് ആഗതന്റെ നിറഞ്ഞ മനസ്സിനു മുന്നിൽ അഭയാർത്ഥികളെപ്പോലെ അവർ നിലകൊണ്ടു. മഹ്‌ശറയിലെത്തിയ നിശ്ശബ്ദത അവരെ പൊതിഞ്ഞു.

"കാലം സാക്ഷി! മനുഷ്യവർഗ്ഗം നഷ്ടത്തിലാണ്. വിശ്വസിച്ചവരും സൽകർമ്മങ്ങൾ അനുഷ്ഠിച്ചവരും ഉപദേശിച്ചവരുമൊഴികെ..." അയാൾ പതുക്കെപ്പതുക്കെ ഉപദേശരൂപത്തിൽ മൊഴിഞ്ഞു.

ജനം ശ്വാസമടക്കി. അവരിൽ നരകത്തീ ആളിക്കത്താൻ തുടങ്ങി. അതിന്റെ അതികഠിനമായ ചൂട് അസഹ്യമായിത്തീരുന്നതായി തോന്നി. അപ്പോൾ അവരൊക്കെ മനസ്സുകൊണ്ട് സർവ്വശക്തനായ അല്ലാഹുവിനെ സ്തുതിച്ച് പ്രാർത്ഥിച്ചു.

അയാൾ ഒരു ദൂതനെപ്പോലെ വീണ്ടും പറയാനാരംഭിച്ചു: "ചേറു മ്പിലെ മനുഷ്യവർഗ്ഗമേ.. നിങ്ങളൊക്കെ മഹാപാപികളായിത്തീർന്നിരി ക്കുന്നു. സൽക്കർമ്മങ്ങൾ ചെയ്തവർ ചെയ്യാത്തവരെ പീഡിപ്പിച്ചും ഉള്ള വൻ ഇല്ലാത്തവനെ മർദ്ദിച്ചും നന്നായി നടക്കുന്നവരെ പരിഹസിച്ചും സ്വാർ ത്ഥമായ ആർത്തിയോടെ കിട്ടുന്നതെല്ലാം വലിച്ചു കൂട്ടി നാട്ടുരാജാക്ക ന്മാരായി വാഴാനാഗ്രഹിച്ചും പെൺകുട്ടികളെ വഴിതെറ്റിച്ചും നിങ്ങളൊക്കെ ആകെ ദുഷിച്ചു പോയിരിക്കുന്നു... നിങ്ങളുടെ ഹൃദയം നിറയെ അല്ലാഹു കറുത്ത പാടുകൾ വീഴ്ത്തിയിരിക്കുന്നു. നിങ്ങളിൽ ഇനി ശുദ്ധരായിട്ട് എത്ര പേരുണ്ട്? ഇതാ... ഇവർ മാത്രമാണിനി ബാക്കി..."

ഇതും പറഞ്ഞ് പേടിച്ചു വിറച്ച്, തുറിപ്പിച്ച കണ്ണുകളുമായി മുന്നിൽ സർക്കസ് കാണുന്നതു പോലെ അന്തംവിട്ട് നില്ക്കുകയായിരുന്ന കൊച്ചു കുട്ടികളെ ചൂണ്ടി അയാൾ തുടർന്നു: "ഈ പിഞ്ചു ഹൃദയങ്ങളിൽ കൂടി നിങ്ങളീ പാപത്തീ വീഴ്ത്തരുത്.. അവർ നിഷ്കളങ്കരും പരിശുദ്ധരുമാണ്. അവരെ നിങ്ങൾ സൂക്ഷിക്കുക. കാരണം, കുട്ടികൾ ലോകത്തിലെ സൗര ഭ്യങ്ങളത്രെ! പക്ഷേ, നിങ്ങൾ അവരേയും നശിപ്പിച്ചു കളയുകയാണ്."

ആർക്കും ഒന്നും പറയാനായില്ല. കടുത്ത നിശ്ശബ്ദത അവരെ മൂടി പ്പുതച്ചു. ആ നിശ്ചലതയിൽ അയാൾ ആകാശത്തേക്ക് രണ്ടു കൈകളു മുയർത്തി മനംനൊന്ത് എന്തോ മന്ത്രിച്ചു. അത് കുട്ടികൾ മാത്രം കേട്ടു. അതോടെ അവരിൽ ഭക്തി നിറഞ്ഞു തുളുമ്പി. ആ ഉന്മാദത്തിൽ കുട്ടി

കൾ ആവേശത്തോടെ മന്ത്രങ്ങൾ ഉച്ചരിക്കാൻ തുടങ്ങി. മറ്റുള്ളവരൊക്കെ ഏതോ അദൃശ്യലോകത്തിലെന്നവണ്ണം അന്തിച്ചു നിന്നു.

കണ്ണുണ്ടായിട്ടും കാണാൻ കഴിയാത്ത, നാവുണ്ടായിട്ടും സംസാരി ക്കാനാവാത്ത, ചെവിയുണ്ടായിട്ടും കേൾക്കാനാവാത്ത, ഹൃദയമുണ്ടാ യിട്ടും ചിന്തിക്കാനാവാത്ത മനുഷ്യക്കോലങ്ങളായി അവർ നിന്നു. എങ്കിലും അവർക്കൊക്കെയും അതേറ്റു വിളിക്കാനും സംശുദ്ധരാവാനും അതിയായ ആഗ്രഹമുണ്ടായി. ഇത് മനസ്സിലാക്കിയ യുവാവ് വീണ്ടും മൊഴിഞ്ഞു: "ദൃഷ്ടാന്തങ്ങളും പരീക്ഷണങ്ങളും പെയ്തൊഴിയുമ്പോൾ സാക്ഷി നിന്നവന്റെ ഉള്ളിൽ വാഗ്ദത്തലോകം തെളിയുകയായി. ഇനി മക്കളെ, യാത്രയാണ്... നിയോഗം പേറിയ യാത്ര..."

ഇതും പറഞ്ഞ് അയാൾ പടിഞ്ഞാറോട്ട് നീങ്ങി. അയാൾക്കു പുറകെ സമ്പൂർണ്ണ ശാന്തിയോടെയും ഭക്തിയോടെയും മാന്ത്രിക വലയത്തിലെന്ന പോലെ കുട്ടികളൊന്നടങ്കം നടക്കാൻ തുടങ്ങി. അവരിൽ തേജസ്സാർ ന്നൊരു ലോകം തെളിഞ്ഞു. കൗതുകങ്ങളുടെയും സ്വപ്നങ്ങളുടെയും തീരം വിട്ട്, ഭക്തിസാന്ദ്രമായൊരു മൈതാനത്തേക്കാണവർ നടന്നു നീങ്ങു ന്നതെന്നും അവിടെ രക്ഷയുടെ തീർത്ഥജലം തങ്ങൾക്കായി ഒഴുകുന്നു ണ്ടെന്നും അവരറിഞ്ഞു.

മായക്കാഴ്ചയിലെന്നപോലെ കുട്ടികൾ നടന്നു നീങ്ങുന്നത് ഒരു സ്വപ് നത്തിലെന്നവണ്ണം ജനം വ്യസനത്തോടെ നോക്കിക്കണ്ടു. അവർക്കൊ ക്കെയും ആ കൂട്ടത്തിൽ ചേരാൻ അദമ്യമായ ആഗ്രഹം തോന്നി. അവ രോടൊപ്പം ചേർന്ന് നടക്കാൻ ഉൽക്കടമായ ദാഹമുണ്ടായി.

പക്ഷേ, അപ്പോഴേക്കും എവിടെനിന്നോ ഇറങ്ങിവന്ന ഇരുണ്ട പുക അവരുടെ കണ്ണുകളിലേക്ക് തിങ്ങിക്കയറാൻ തുടങ്ങി. അതിന്റെ അസ ഹൃതയിൽ പരസ്പരമറിയാതെ അങ്ങോട്ടുമിങ്ങോട്ടും ധൃതിവെച്ച് ജന ക്കൂട്ടം ഓടാൻ തുടങ്ങി.

യുവാവും കുട്ടികളും ഇതൊന്നും കാണുകയോ കേൾക്കുകയോ ചെയ്യാതെ അനുസ്യൂതമായൊരു ഒഴുക്കു പോലെ മന്ത്രങ്ങൾ ഉരുവിട്ടു നടന്നു.

അവരകന്നകന്ന് പോകവെ, ജനക്കൂട്ടത്തെ നരകത്തീയിലേക്കെടു ത്തെറിഞ്ഞ്, ആ അസമയത്ത് സൂര്യൻ കത്തിത്തിളച്ച് സാവധാനം പതു ക്കെപ്പെതുക്കെ കൂടാരത്തിന് മുകളിലേക്ക് ഒരു വലിയ തീക്കുണ്ഡമായി ഇറങ്ങിവന്ന് അവരുടെ തലയ്ക്കു മുകളിൽ ഒരു ചാൺ അകലെയായി നിന്നു.

ആൾക്കൂട്ടം ചുടിന്റെ കാഠിന്യം സഹിക്കാനാവാതെ യാ... നഫ് സി....യാ... നഫ്സി... എന്നു ആർത്തട്ടഹസിച്ച് നാലുപാടും നെട്ടോട്ടമോ ടാൻ തുടങ്ങി.

മഹ്ശറ: പരലോകത്ത് മനുഷ്യരെല്ലാം ഒരുമിച്ചു കൂട്ടപ്പെടുന്ന ഇടം.
യാ...നഫ്സി...യാ...നഫ്സി...: എന്റെ ശരീരം.. എന്റെ ശരീരം..

അലിവുമരം

മദ്രസ വിടുന്നതും കാത്ത് ഇളം വെയിൽ കൊണ്ട് വൃദ്ധൻ അക്ഷ മനായി നിന്നു. കുട്ടികളുടെ ബഹളത്തോടെയുള്ള പഠനം അയാൾക്ക് ഒട്ടുവളരെ അനുഭൂതി പകർന്നു കൊടുത്തു. കറുത്ത മേൽക്കോട്ടിന്റെ പോക്കറ്റിൽനിന്നും ചുരുട്ടെടുത്ത് കത്തിച്ച് വൃദ്ധൻ പുകയൂതി. പുകച്ചു രുളുകൾ വെയിലിൽ അലിഞ്ഞു ചേരുന്നതും കണ്ട് അയാൾ രസിച്ചു.

കവലയിലേക്ക് പലരും നടന്നു പോകുന്നതും വെയിലിന് ചുടു കൂടി വരുന്നതും അയാളറിഞ്ഞില്ല. മനസ്സു നിറയെ കുട്ടികളും ആരവങ്ങളും മിഠായികളുമാണ്. അവരുടെ ജിജ്ഞാസ വിരിയുന്ന മുഖങ്ങളാണ്. ഇതെല്ലാം ഓർത്തിരിക്കെ അയാൾ പതുക്കെ കണ്ണടച്ചു.

പെട്ടെന്ന്, മദ്രസയിൽ ബെല്ലടിച്ചു. ദിവ്യമായൊരു ഉൾവിളി പോലെ തോന്നി വൃദ്ധന് ആ ശബ്ദം. അയാൾ കണ്ണു തുറന്നു. സന്തോഷത്തോടെ പറങ്കുച്ചിക്കാടുകൾക്കിടയിലൂടെ ഊർന്നുപോയ ഒറ്റയടിപ്പാതയിലേക്ക് സൂക്ഷ്മതയോടെ നോക്കി. കുട്ടികളൊന്നടങ്കം ഇപ്പോൾ തനിക്കരികി ലേക്ക് ഓടിവരുമെന്ന് അയാൾ കരുതി.

വൃദ്ധൻ നീണ്ട മൈലാഞ്ചിച്ചുകപ്പാർന്ന താടി പതുക്കെ തടവി. കോട്ടിനടിയിലിട്ട വെളുത്തു നീണ്ട കുപ്പായക്കീശയിൽ വെറുതെ കൈ യിട്ടു. തലപ്പാവ് കെട്ടിമുറുക്കി.

അയാൾക്ക് കുട്ടികളെ കാണാൻ ആർത്തിയായി. പക്ഷേ, അയാളെ വീണ്ടും അസ്വസ്ഥനാക്കിക്കൊണ്ട്, കുട്ടികളൊന്നടങ്കം മദ്രസയിൽനിന്ന് തുമ്പികളെപ്പോലെ പുറത്തു ചാടുന്നതിന് പകരം ഭക്തി നിറഞ്ഞ ഒരു കീർത്തനമാണ് അയാളിലേക്കൊഴുകി എത്തിയത്: 'സല്ലാഹു അലാ മുഹമ്മദ് സല്ലല്ലാഹു അലൈ ഹിവ സല്ലീം..'

മദ്രസ വിടുമ്പോഴുള്ള പ്രാർത്ഥനയാണത്. അയാളിൽ ഭക്തി നിറഞ്ഞു കവിഞ്ഞു. വൃദ്ധൻ ചുണ്ടുകളനക്കാതെ കണ്ണിമയ്ക്കാതെ

മനസ്സുകൊണ്ട് സലാത്ത് ഉരുവിട്ടു. പ്രാർത്ഥനയുടെ അവസാനവരി ചൊല്ലിക്കഴിയുന്നതിന് മുമ്പായിത്തന്നെ മിക്കവരും ആവേശത്തോടെ പുറത്തുചാടി. പിന്നെ, അത്യുച്ചത്തിൽ ശബ്ദമുണ്ടാക്കി ഇടവഴിയിലൂടെ ഓടി വൃദ്ധനരികിലെത്തി കിതച്ചു.

വൃദ്ധൻ തിരിഞ്ഞു നില്ക്കുകയായിരുന്നു. ദൂരേക്ക് കണ്ണെറിഞ്ഞ് നിശ്ചലനായി അയാൾ അങ്ങനെനിന്നു.

സാധാരണയായി മദ്രസയ്ക്കടുത്ത് വന്ന് കുട്ടികളെ കൺകുളിർക്കെ കണ്ട് മിഠായി വാരിവിതറി, ഒന്നുമറിയാതെ നടന്നു പോവുകയായിരുന്നു അയാളുടെ പതിവ്. ഇന്ന് എന്താണ് അയാൾക്ക് പറ്റിയതെന്ന് കുട്ടികൾ ചിന്തിച്ചു. പക്ഷേ, അവർക്കാർക്കും അതിന്റെ ഉത്തരം അറിയില്ലായിരുന്നു.

അദ്ധ്യാപകരായ മുസ്ല്യാക്കന്മാർ മദ്രസയുടെ വരാന്തയിൽനിന്ന് അ ത്ഭുതത്തോടെ ഇക്കാഴ്ച നോക്കിക്കണ്ടു. അവർ എല്ലാ ആഴ്ചകളിലും ഇങ്ങനെ നോക്കിനില്ക്കുക മാത്രമേ ചെയ്യാറുള്ളു. അതിൽപ്പരം കുട്ടി കളെ ആ മാന്ത്രികതയിൽനിന്നും പിൻമാറ്റാനോ അയാളെക്കുറിച്ചറി യാനോ അവരൊന്നും തീരെ ശ്രമിച്ചില്ല. അതിന്റെ ആവശ്യം മുസ്ല്യാ ക്കന്മാരെ സംബന്ധിച്ച് ഒട്ടും ഉണ്ടായിരുന്നതുമില്ല.

പക്ഷേ, അവരൊക്കെ പള്ളിക്കുള്ളിൽ കിടക്കുമ്പോൾ, പള്ളിമിനാര ത്തിന്റെ ഭീകരതയിൽ പ്രാവുകൾ കൊക്കുരുമ്മുമ്പോൾ പലതും ഓർത്തു. പഠിച്ച കിതാബുകളിലൊന്നും കാണാത്ത ഈ മനുഷ്യനെപ്പറ്റി പരസ് പരമറിയാതെ പലതും സങ്കല്പിച്ചു. വൃദ്ധന്റെ ആറര അടിയിലധികം പൊക്കമുള്ള കരുത്തുറ്റ ശരീരവും കറുത്ത കോട്ടും അതിനടിയിലെ വെള്ള ക്കുപ്പായവും മൈലാഞ്ചിത്താടിയും ചുകന്ന കണ്ണുകളുമൊക്കെ പല രൂപ ഭേദങ്ങളായി അവരെ ഓരോരുത്തരെയും വേദനിപ്പിച്ചു. എന്നിട്ടും അയാൾ ക്കൊരു സലാം പറയുകയോ വിശ്വാസം കൂടുകൂട്ടിയ അയാളുടെ മുഖ ത്തേക്ക് കരുണാവായ്പോടെ ഒന്ന് നോക്കുകയോ ചെയ്തില്ല.

ഇന്ന് അബ്ദുല്ല മുസ്ല്യാർക്ക് അയാളുമായി എന്തെങ്കിലുമൊക്കെ സംസാരിക്കാൻ പുതിയുണ്ടായി. മുസ്ല്യാർ മറ്റ് അദ്ധ്യാപകരോട് ഇക്കാര്യം പറയുകയും ചെയ്തു.

"ങള് മുണ്ടാതിരിക്കീൻ മോല്യാരേ..."

സദർ മുഅല്ലീം സൈതു മുസ്ല്യാർ ഇതു പറഞ്ഞു തീരും മുമ്പേ അവരെയൊക്കെ ഞെട്ടിച്ചുകൊണ്ട് അത്യുച്ചത്തിൽ ആരവമുയർന്നു. മുസ്ല്യാർ സർവ്വശക്തനായ അല്ലാഹുവിനെ സ്തുതിച്ചു.

വൃദ്ധൻ ഏതോ മന്ത്രങ്ങൾ കുട്ടികൾക്ക് ചൊല്ലിക്കൊടുക്കുകയാണ്. കുട്ടികൾ ആവേശത്തോടെ അതിലേറെ ആദരവോടെ ഏറ്റുവിളിക്കുന്നു: "യാ... അല്ലാഹ്... അൻത്ത ഹാഫിളി; യാ അല്ലാഹ് അൻത്ത റാസിഖീ...."

കുട്ടികളുടെ ഈ ശബ്ദങ്ങൾക്കിടയിലൂടെ അയാൾ പരുക്കൻ സ്വര ത്തിൽ എന്നാൽ ഭക്തിയുടെ പളുങ്കുമണികളാൽ കോർക്കപ്പെട്ട സ്തുതി ഗീതങ്ങൾ വീണ്ടും വീണ്ടും ചൊല്ലിക്കൊടുത്തു. ഒരു പ്രകടനത്തെ അനു സ്മരിക്കും വിധം വൃദ്ധന് പിറകിൽ കുട്ടികൾ ആവേശത്തോടെ കീർ

ത്തനം പാടി ഇളംവെയിലിലൂടെ നടന്നു. അയാൾ ധന്യാനുഭൂതിയോടെ നീണ്ട താടിയുഴിഞ്ഞ് മുഖം നിറയെ സംതൃപ്തിയുമായി മെല്ലെ നടന്നു.

പെട്ടെന്ന്, ഏതോ ഒരുത്തൻ വൃദ്ധനെ ഞെട്ടിച്ചുകൊണ്ട് ആരവങ്ങൾ ക്കിടയിലൂടെ ഒരു ചോദ്യമെറിഞ്ഞു. ചോദ്യം വളരെ പതുക്കെയായിരുന്നു. എങ്കിലും അയാളത് കേട്ടു. അപ്പോൾ ധിക്കാരത്തോടെ അയാൾ തിരി ഞ്ഞുനോക്കി.

കുട്ടികൾ ശ്വാസമടക്കിപ്പിടിച്ച് പേടിച്ചു നിന്നു. വൃദ്ധന്റെ കണ്ണുകളിൽ ചുകന്ന സൂര്യൻ കത്തി.

"എന്ത്ത്താ?"

"മുട്ടായി!"

ആരോ അറിയാതെ പറഞ്ഞു. അതു കേട്ടപ്പോൾ അയാളുടെ മനസ്സു നിറയെ അലിവുമരങ്ങൾ പൂത്തു. ആ അലിവുമരം നിറയെ മിഠായികളാ യിരുന്നു. ആ മിഠായികൾ മുഴുവൻ കുട്ടികളില്ലാത്ത, ബന്ധുക്കളോ ഉറ്റ വരോ ഉടയവരോ ഇല്ലാത്ത തനിക്ക് പിറകിൽ കൂടുന്ന കുട്ടികൾക്കായി മാത്രം അയാൾ കരുതിവെച്ചതുമാണ്.

വൃദ്ധൻ വളരെപ്പെട്ടെന്ന് രണ്ടു കൈകളും വെള്ളക്കുപ്പായത്തിന്റെ കീശയുടെ ആഴങ്ങളിലേക്ക് ഇറക്കി. എന്നിട്ട് കൈകൾ നിറയെ മിഠായി വാരി എടുത്തു. പിന്നെ, തെളിഞ്ഞ ആകാശത്തിന്റെ വെളുത്ത പള്ളയി ലേക്ക് കണ്ണുകൂർപ്പിച്ചു നോക്കി. അതിനവസാനം ഒന്നും ചിന്തിക്കാതെ അയാൾ മിഠായികൾ ആകാശത്തേക്കെറിഞ്ഞു. ശൂന്യതയിൽ പച്ചയും ചുകപ്പും മഞ്ഞയും നീലയും നിറമാർന്ന വർണ്ണക്കടലാസുകൾ പൂമ്പാറ്റ കളെപ്പോലെ ഒന്നു മിന്നി മറഞ്ഞ്, കണ്ണുകളിൽ സ്വപ്നം നുരയിട്ട് സ്വർഗീ യമായൊരാനന്ദത്തോടെ ആകാശത്തേക്ക് നോക്കിനില്ക്കുന്ന കുട്ടികൾ ക്കിടയിലേക്ക് പതുക്കെ പതുക്കെ വന്നുവീണു....

അവർ ആഹ്ലാദത്തിമിർപ്പോടെ മത്സരബുദ്ധിയോടെ മിഠായിക്കു വേണ്ടി ഉന്തുകയും തള്ളുകയും ചെയ്തു.

അവസാനം അയാൾ 'അല്ലാഹ്' എന്ന് ഉച്ചരിച്ചതോടെ കുട്ടികൾ ഒതുങ്ങി നിന്നു.

"നിങ്ങൾക്കിനി പോകാം. ഇനിയൊക്കെ അടുത്താഴ്ച മതി"

വൃദ്ധൻ കല്പിച്ചു. പക്ഷേ; കുട്ടികൾ കിട്ടിയ മിഠായി നുണഞ്ഞും കിട്ടാത്തവർ ദുഃഖത്തോടെ നുണയുന്നവരെ കണ്ടും നിന്നു.

മിക്ക ആഴ്ചകളിലും അയാൾ മിഠായി വിതരണം ചെയ്ത് പതുക്കെ കവലയിലെ പള്ളിയിലേക്ക് ഇറങ്ങിപ്പോകാറാണ് പതിവ്. കുട്ടികൾ സ്കൂ ളിലേക്കും. പക്ഷേ, ഇന്ന് അയാളെന്തോ അതിനൊന്നും കൂട്ടാക്കാതെ ധൃതിയോടെ കവലയിലേക്ക് നീങ്ങി. കുട്ടികൾ ഭയത്തോടെ പതുക്കെ അയാൾക്കു പിറകിൽ നടന്നു. അപ്പോൾ അവർ സ്കൂളിലേക്ക് പോകേണ്ട കാര്യം പറ്റെ മറന്നിരുന്നു.

ചെമ്മൺപാതയിലൂടെ വൃദ്ധനു പിറകിൽ വളരെ അച്ചടക്കത്തോടെ അവർ നടന്നു. കവലയിൽ ആൽമരത്തിനു ചുവട്ടിലെത്തിയപ്പോൾ

വൃദ്ധൻ നിന്നു.

അവർക്കൊക്കെ അപ്പോൾ ഓർക്കാൻ കഴിഞ്ഞത് നിറഞ്ഞ വെയിലിന്റെ തിളക്കവും ഇളം ചൂടും കുളിരുള്ള നിലാവും മഞ്ഞുമാണ്. അവ രങ്ങനെ ഓർത്തോർത്ത് നില്ക്കെ വൃദ്ധൻ രണ്ടാമതും തന്റെ ആഴമുള്ള കീശയിൽ കൈകളിറക്കി മിഠായികൾ വാരിയെടുത്തു. പിന്നെ ആകാശ ത്തേക്ക് തെല്ലുനേരം സൂക്ഷ്മതയോടെ നോക്കി നിന്നു. പടർന്നു പന്തലിച്ച ആൽമരത്തിന്റെ നേർത്തു വിറയ്ക്കുന്ന ഇലകളാണ് അയാൾ കണ്ടത്. എന്നിട്ടും ഏതോ ഒരു പ്രേരണയുടെ ആരംഭത്തിൽ അയാൾ മിഠായി കൾ മേല്പോട്ടെറിഞ്ഞു. കുട്ടികൾ ഉന്മാദത്തോടെ ഉന്തിത്തള്ളി ആർ ത്തട്ടഹസിക്കാൻ തുടങ്ങി....

ദൂരെ, ഇതെല്ലാം കണ്ട് അത്ഭുതത്തോടെ മാറി നിന്നിരുന്ന ആളു കൾ കുട്ടികളുടെ സാമർത്ഥ്യവും ഗോഷ്ഠികളും ചെറു ചിരിയോടെ നോക്കിക്കണ്ടു. അയാൾ കുട്ടികൾക്കു നടുവിൽ, ആൽമരത്തിനു ചുവ ട്ടിൽ എന്തുചെയ്യണമെന്നറിയാതെ പകച്ചുനിന്നു.

കുട്ടികൾ മത്സരത്തോടെ മിഠായി പെറുക്കുകയാണ്... ജനക്കൂട്ടം ഇതൊക്കെ കണ്ടു രസിക്കുകയാണ്. ആൽമരം ചുടുകാറ്റിൽ ഇളകിക്കൊ ണ്ടിരിക്കുകയാണ്. ഇതിനിടയിൽ അയാൾക്കൊന്നിനുമായില്ല. അയാള തൊക്കെ കൺകുളിർക്കെ കണ്ടു. അപ്പോൾ അയാളിൽ നവ്യമായൊരു വെളിപാടുണ്ടായി. അതിന്റെ കാന്തിയാർന്നൊരു പ്രകാശം ഒന്നു മിന്നി മറിഞ്ഞപ്പോൾ, മാന്ത്രികമായ ഒരു നടുക്കത്തോടെ കുട്ടികൾ മിഠായി പെറുക്കൽ നിർത്തി പേടിച്ചു നിലവിളിച്ചു. കാണികളും രക്ഷിതാക്കളും മുസ്ല്യാക്കൻമാരും അതിലേറെ ഞെട്ടി. അവർ ഭയത്തോടെയും ജിജ്ഞാ സയോടെയും ചുറ്റും കണ്ണെറിഞ്ഞു. പിന്നെ ഒന്നിച്ചു നിലവിളിക്കാൻ തുടങ്ങി....

അയാൾ അദൃശ്യനായിരുന്നു.

കുട്ടികളുടെ മനസ്സിൽ സങ്കടപ്പുഴ ഒഴുകി. അയാൾ എവിടെയാണ് അലിഞ്ഞു മറഞ്ഞ് പോയതെന്ന് അവരൊക്കെ വിഷണ്ണരായി ആലോ ചിച്ചു.

കുട്ടികൾ തികഞ്ഞ നിരാശയോടെ കരഞ്ഞു. കരച്ചിലിനിടയിൽ പതുക്കെ ദയനീയമായി അവരൊന്നിച്ച്, നേരത്തെ വൃദ്ധൻ ചൊല്ലി ക്കൊടുത്ത മന്ത്രം ഉരുവിട്ടു: "യാ അല്ലാഹ് അൻത്ത റാസിഖീ... യാ അല്ലാഹ് അൻത്ത ഹാഫിളീ..."*

അപ്പോൾ ഒരു നിയോഗം പോലെ അവരെയെല്ലാം അത്ഭുതപ്പെടുത്തി ക്കൊണ്ട് ആൽമരം ഒന്നിളകി. അവരെല്ലാം കണ്ണു തുറിപ്പിച്ച് പേടിച്ചരണ്ട് ആൽമരത്തിന് മുകളിലേക്ക് നോക്കി. അവിടെ ശൂന്യത മാത്രം! ആ അതി ഭയത്തിൽ, അവരറിയാതെ വീണ്ടും സ്തുതിഗീതം പാടാൻ തുടങ്ങിയ പ്പോൾ വളരെ സാവധാനം ആൽമരത്തിന്റെ റോഡിലേക്ക് ചാഞ്ഞ ഒരു

---

*   യാ അല്ലാഹ് അൻത ഹാഫിളി; യാ അല്ലാഹ് അൻത്ത റാസിഖി = അല്ലാഹു വേ, നീയാണെന്റെ അന്നദാതാവ്; നീയാണെന്റെ രക്ഷകൻ.

കൊമ്പ് ആരോ പിടിച്ചു കുലുക്കിയതുപോലെ ഇളകാൻ തുടങ്ങി...

അത്ഭുതം!

കുട്ടികൾ പേടിച്ചോടാൻ തുടങ്ങി. ആകെ ഭയം മൂടപ്പെട്ട അവർ തരിച്ചു നിന്നു. ഓടാൻ കഴിയാതെയായിപ്പോയ ചിലർ നിന്നു വിറയ്ക്കാൻ തുടങ്ങി. ആ വിറയലിലേക്ക് ആൽമരക്കൊമ്പിൽനിന്നും മിഠായികൾ തുരു തുരെ വീഴാൻ തുടങ്ങി. പേരറിയാത്ത പഴങ്ങൾ പോലെ മിഠായികൾ അനുസ്യൂതം താഴേക്ക് വീണു കൊണ്ടേയിരുന്നു..

കുട്ടികൾ എന്തുചെയ്യണമെന്നറിയാതെ പരുങ്ങിപ്പോയി. അവർക്ക് മിഠായികൾ പെറുക്കാനോ തിന്നാനോ ആയില്ല.

ആ സമയം ആൽമരത്തിന്റെ കൊമ്പ് സാവധാനം ശാന്തമായി..

അവർ ശ്വാസം നേരെ വിട്ടു. അന്നേരം, സ്വർഗ്ഗത്തിൽ നിന്നെന്നവണ്ണം അതിമധുരമായ സുഗന്ധം എവിടെ നിന്നോ അവിടേക്കൊഴുകി എത്തി. അതിന്റെ ലഹരിയിൽ കുട്ടികളൊന്നടങ്കം സ്തുതി വാചകങ്ങൾ ഉരുവിട്ടു. കാണികളായി നിന്നിരുന്ന ആളുകളെല്ലാം കുട്ടികളോടൊപ്പം മന്ത്രങ്ങൾ ചൊല്ലാൻ തുടങ്ങി...

ജിന്ന്

ഇരുപത്തിമൂന്നാം വയസ്സിൽ, ഒരു സന്ധ്യക്ക് കുഞ്ഞോയി തന്റെ പിതാവിന്റെ കാൽപ്പെരുമാറ്റം ചെകിടോർത്തു. അപ്പോൾ കുഞ്ഞോയിയുടെ മുഖത്തെ അലച്ചിലിന്റെ ഭാവങ്ങൾക്കും ചുവന്നിരുണ്ട കണ്ണുകളിലെ പ്രതിഷേധത്തിന്റെ അഗ്നിജ്വാലകൾക്കും തിളക്കം കൂടി.

പെട്ടെന്ന്, ബദരിയ്യാ പള്ളിയിൽ ബാങ്ക് മുഴങ്ങി. സന്ധ്യാപ്രാർത്ഥനയ്ക്ക് സജ്ജനങ്ങളെ വിളിക്കുകയാണ്. കുഞ്ഞോയിക്ക് ബാങ്ക് കേട്ടപ്പോൾ ദുഃഖവും കുറ്റബോധവും ഒരുമിച്ചുണ്ടായി. കാരണം അയാൾ ജീവിതത്തിലിന്നുവരെ ഒരൊറ്റ ബാങ്കിനും ഉത്തരം നല്കിയിട്ടില്ല. ബാങ്കൊലി കുഞ്ഞോയിയുടെ മനസ്സിലൂടെ പാഞ്ഞകന്നപ്പോൾ, അയാൾ തന്റെ ഉപ്പയുടെ മുഖം ആവാഹിച്ചെടുക്കാൻ കിണഞ്ഞു ശ്രമിച്ചു. പക്ഷേ, അയാളെത്ര തന്നെ ശ്രമിച്ചിട്ടും അങ്ങനെയൊരു മുഖം തെളിഞ്ഞു വന്നില്ല. അതിനാൽ കുഞ്ഞോയി വിഷണ്ണനായി എന്തൊക്കെയോ ചിന്തിച്ചിരുന്നു.

കുഞ്ഞോയിക്ക് സ്വന്തം പിതാവിന്റെ പേരു പോലും അജ്ഞാതമാണ്. പള്ളിക്കാടിനു തൊട്ടുള്ള പറമ്പിൽ, ഓത്തുപള്ളിയിലോതുന്ന കുട്ടികളുടെ കലമ്പൽ കേട്ട് വളർന്നപ്പോഴും ഏനു ഹാജിയുടെ വീട്ടുജോലിക്കാരനായി നടന്നപ്പോഴും കുഞ്ഞോയി തന്റെ പിതാവിനെക്കുറിച്ച് ചിന്തിച്ചു. എന്നിട്ടും അയാൾക്ക് തന്റെ പിതാവിനെക്കുറിച്ച് യാതൊരു അടിസ്ഥാന വിവരവും ഉണ്ടാക്കാനായില്ല. അവസാനം, ഏതോ ഒരു രാത്രിയിൽ കുഞ്ഞോയി ഉമ്മയോട് ധൈര്യത്തോടെ ചോദിച്ചു. ചോദ്യം കേട്ടപ്പോൾ ഉമ്മ കരഞ്ഞു. ചുളിവുകൾ വീണ മുഖം വേദനയോടെ ആകെ വിവർണ്ണമായി. പിന്നെ, കുഞ്ഞോയിയെ ഞെട്ടിച്ചുകൊണ്ട് ഭക്ഷണത്തിനരികിൽനിന്നും അവർ എഴുന്നേറ്റ് പോയി.

അന്ന്, കുഞ്ഞോയിക്ക് പതിനൊന്ന് വയസ്സായിരുന്നു. എന്നിട്ടും ഉമ്മയെ വേദനിപ്പിച്ചു എന്ന തോന്നൽ അവനിലുണ്ടായി. അതിനാൽ

അന്നവനുറക്കം വന്നില്ല. പണ്ട് ഉമ്മ പറഞ്ഞു തന്ന കഥകളൊരോന്നോര ത്തെടുത്ത് തിരിഞ്ഞും മറിഞ്ഞും കുഞ്ഞോയി കിടന്നു.

ഉമ്മയുടെ ചൂടേറ്റ്, കുളിരുള്ള രാത്രിയിൽ കിടന്നുറങ്ങുമ്പോൾ, പേടി പ്പെടുത്തുന്ന സ്വപ്നങ്ങൾ കാണുമെന്ന് ഭയന്ന് കിടക്കുമ്പോൾ, ഒരിക്കൽ ഉമ്മ ഒരു കഥ പറഞ്ഞു. കഥ പറയാൻ തുടങ്ങുമ്പോൾ അവരുടെ ഹൃദയം മിടിക്കുന്നതവൻ അറിഞ്ഞു. അതിനാൽ കുഞ്ഞോയി നിനച്ചു, ഇക്കഥ ഉപ്പയെക്കുറിച്ച് തന്നെയായിരിക്കും! പക്ഷേ, അവന്റെ ചിന്തകൾ അസ്ഥാ നത്താണെന്നും ഈ ജന്മത്തിൽ സ്വന്തം പിതാവിനെക്കുറിച്ച് തനിക്കൊരി ക്കലും കേൾക്കാൻ കഴിയില്ലെന്നും കുഞ്ഞോയി മനസ്സിലാക്കി. എന്നിട്ടും അവന് കഥ കേൾക്കാൻ നല്ല താല്പര്യമുണ്ടായിരുന്നു.

ജിന്നിന്റേയും ശൈത്താന്റേയും മലക്കുകളുടേയും ജാഹിലുകളു ടേയും ദജ്ജാലിന്റേയും കഥകളവൻ കേട്ടു. രാജാവിന്റേയും കുറു ക്കന്റേയും നരിമാമയുടേയും കഥകൾ അവന്റുമ്മ പറഞ്ഞു കൊടുത്തു. അന്നും പറഞ്ഞത് ഒരു ജിന്നിന്റെ കഥയായിരുന്നു. നട്ടപ്പാതിരയ്ക്ക് ചൈത്താം താണിക്കപ്പുറത്തുനിന്നും കൈയിൽ ചൂട്ടുമേന്തി, കാക്കത്തെ ട്ടിത്തട്ടി നടന്നു വരുന്ന, നീണ്ട വെള്ളക്കുപ്പായവും തുണിയുമണിഞ്ഞ്, വട്ടത്താടിയും തലയിൽ വോയിൽ മുണ്ടും കെട്ടിയ ജിന്നിനെക്കുറിച്ച്.. അവൻ കഥ കേട്ട് രസിച്ച് ഉറക്കത്തിന്റെ കൈകളിലമരവേ ഉമ്മയുടെ കെട്ടിപ്പിടിച്ച കൈകൾ പതുക്കെ അയഞ്ഞു. അപ്പോൾ കുഞ്ഞോയിക്ക് അട്ടഹസിക്കാൻ തോന്നി. പക്ഷേ, അവനെത്ര ശ്രമിച്ചിട്ടും ശബ്ദം പുറ ത്തു വന്നില്ല. അതിനാൽ കുഞ്ഞോയി പേടിച്ചരണ്ട് കണ്ണുകൾ മുറുക്കി യടച്ച് കിടന്നു. എന്നിട്ടും കുഞ്ഞോയി ഒരു ശബ്ദം കേട്ടു:

"നബീസു..."

ആ വിളി കുഞ്ഞോയിക്ക് വീണ്ടും പേടിയാണ് സമ്മാനിച്ചത്. അവന്റെ കൈകാലുകൾ കുഴഞ്ഞു വീണു. അവനൊന്നിനും കഴിഞ്ഞില്ല.

പെട്ടെന്ന് തടുക്കുവാതിൽ ശബ്ദിച്ചു. അവനേതോ ഒരു ധൈര്യത്തിൽ കണ്ണൊന്നു തുറന്നു. ഉമ്മ പറഞ്ഞ അതേ രൂപത്തെ അവൻ കണ്ടപാടെ വീണ്ടും കണ്ണടച്ചു. കണ്ണുനിറയെ ആ രൂപം വളർന്നു. നെറ്റിയിലെ നിസ് കാരത്തഴമ്പും ഇടതുകണ്ണിന്റെ സ്ഥാനത്ത് വെറുമൊരു കുഴിയും. അത വനിൽ വല്ലാത്തൊരു പേടിയായി ചാഞ്ചാടിക്കളിച്ചു. കുഞ്ഞോയിക്ക് ശബ് ദമുണ്ടാക്കണമെന്നും ഉമ്മയെ വിളിക്കണമെന്നും തോന്നി. പക്ഷേ, അവന്റെ നാവ് മരവിച്ചു കിടക്കുകയായിരുന്നു. കൈകാലുകൾ തളർന്ന് കിടക്കുകയായിരുന്നു.

ചിമ്മിനിയുടെ നിറം കെട്ടു. പിന്നെ, ജിന്നും ഉമ്മയും ഒറ്റയ്ക്ക്! കുറച്ചു കഴിഞ്ഞപ്പോൾ അപരിചിതമായ ശബ്ദങ്ങൾ കുഞ്ഞോയി കേട്ടു. അവൻ ഒന്നും കേൾക്കാത്ത പോലെയും കാണാത്ത പോലെയും കിടന്നു. അതിനുശേഷം അവനീ ജിന്നിനെ നിത്യവും കാത്തു. ഉമ്മ അപ്പോ ഴൊക്കെ ജിന്ന് വരും എന്നു പറഞ്ഞ് കുഞ്ഞോയിയെ പേടിപ്പിച്ച് വേഗ ത്തിലുറക്കി. കുഞ്ഞോയി ഉറക്കം നടിച്ച് കിടന്ന് ജിന്നിനെക്കാണും.

അവസാനം, ഒരിക്കൽ കുഞ്ഞായി ജിന്നിനെ വ്യക്തമായിക്കണ്ട പ്പോൾ ഒന്നും പറയാതെ വീടുവിട്ടിറങ്ങി. അത് പന്ത്രണ്ട് വർഷങ്ങൾ ക്കപ്പുറത്തായിരുന്നു.

അങ്ങനെ കുഞ്ഞായി തെണ്ടിത്തിരിഞ്ഞ് അവസാനം മണൽക്കാ ട്ടിലെ ചുടേല്ക്കാനായി പരിശുദ്ധ മക്കയിലെത്തി. ബാല്യങ്ങളിലെ മക്ക, മദീന എന്നീ പുണ്യസ്ഥലങ്ങളെക്കുറിച്ചുള്ള എല്ലാ ധാരണകളും കുഞ്ഞായിക്ക് തിരുത്തേണ്ടി വന്നു. ഏതോ ഒരുച്ചയ്ക്ക് തളർന്നവശ നായി ഒരറബിയുടെ വെളുത്തു നീണ്ട കുപ്പായത്തിന് താഴെ കുമ്പിട്ടു കരഞ്ഞു. അറബി അവനെ എഴുന്നേല്പ്പിച്ച്, നിസ്സഹായത പതിയിരി ക്കുന്ന മുഖത്തേക്ക് തറപ്പിച്ചു നോക്കിയപ്പോഴും അവന്റെ മനസ്സിൽ ജിന്നിന്റെ രൂപം മാത്രമായിരുന്നു. ആ രൂപം മറന്നുകൊണ്ട് കുഞ്ഞായി അറബിയുടെ കുട്ടിയെ കളിപ്പിച്ചു. കുളിപ്പിച്ചു, വസ്ത്രങ്ങളുടുപ്പിച്ചു, മല മൂത്ര വിസർജ്ജനം ചെയ്യിപ്പിച്ചു. കുറേക്കാലം ഇങ്ങനെ കഴിഞ്ഞപ്പോൾ കുഞ്ഞായി ജിന്നിന്റെ പേടിപ്പെടുത്തുന്ന കഥകൾ അവന്റേതായ ഭാഷ യിൽ ആ കുഞ്ഞിന് പറഞ്ഞു കൊടുത്തു. അങ്ങനെ കുട്ടിക്ക് കുഞ്ഞോ യിയെ പിരിഞ്ഞ് രാപ്പാർക്കാൻ കഴിയാതെ വന്നു.

അറബിയുടെ വീട്ടിലെ ആ രാത്രികളിൽ കുഞ്ഞായി ജിന്നിന്റെ വ്യക്തമായ രൂപം തന്റെ മനസ്സിൽ പകർത്തിവച്ചു. ജിന്നിന്റെ രൂപവും ഭാവവും ഒത്തിണങ്ങിയ ഒരു മനുഷ്യനെ അവൻ കണ്ടെടുത്തു. ഇപ്പോൾ വർഷങ്ങൾ കുറെ കഴിഞ്ഞിരിക്കുന്നു. കുഞ്ഞായി നാല് തലമുറകൾക്ക് കഴിയാനുള്ളത് സമ്പാദിച്ചിരിക്കുന്നു. ഇനി അയാൾക്ക് ആകെ ഒരൊറ്റ ആഗ്രഹമേയുള്ളു. സ്വന്തം ഉപ്പയെ ഒന്ന് കാണുക. ആ ആഗ്രഹവും മന സ്സിൽ പേറി കുഞ്ഞായി കാത്തിരിക്കുകയാണ്...

കുഞ്ഞായിയുടെ ഉമ്മ അടുക്കളയിൽ ഭക്ഷണം ഉണ്ടാക്കുന്ന തിര ക്കിലാണ്. ഭക്ഷണത്തിന്റെ ഗന്ധം അയാളെ അസ്വസ്ഥനാക്കി. അപ്പോഴും കുഞ്ഞായി സ്വന്തം പിതാവിനെക്കുറിച്ചോർത്തു. ജിന്ന്! സ്വന്തം പിതാവ്. ഈസാ നബിയെ മറിയം ബീവി ഗർഭം ധരിച്ചത് ദൈവത്തിന്റെ കല്പന പ്രകാരം. അതുപോലെ, ഈസാ നബിയെപ്പോലെ മറ്റൊരു ദിവ്യനായി രിക്കുമോ ഈ കുഞ്ഞായി?

കുഞ്ഞായി സിഗരറ്റു പുകച്ചു. പുകച്ചുരുളുകൾ അയാളെ തഴുകി യൊഴുകി. സ്വപ്നങ്ങൾക്കും മോഹങ്ങൾക്കും മീതെ ദുഃഖങ്ങളുടെ പാട പോലെ പുകച്ചുരുളുകൾ ഇഴഞ്ഞു. അപ്പോൾ ഉമ്മ ഭക്ഷണത്തിന് വിളിച്ചു. എവിടുന്നോ കിട്ടിയ ധൈര്യത്തിൽ കുഞ്ഞായി ഭക്ഷണത്തിനു മുന്നി ലെത്തി. ഒരു പ്രത്യേകതരം വികാരത്തോടെ ഒരു പിടി കഴിച്ചു. ഉമ്മ യുടെ മുഖം നിറയെ സന്തോഷാശ്രുക്കൾ നിറയുന്നതും കണ്ണുകളിൽ അനിയന്ത്രിതമായ ദുഃഖം ഘനീഭവിച്ചിരിക്കുന്നതും കുഞ്ഞായി കണ്ടു. സ്വന്തം വേദനകൾ തേടുന്നതിനിടയിൽ ഉമ്മയുടെ അപ്പോഴത്തെ അവസ്ഥപോലും തിരിച്ചറിയാനാവാതെ കുഞ്ഞായി തന്റെ കൊച്ചു പുര യ്ക്കകത്ത് ഒരൊഴിഞ്ഞ മുറിയിൽ കടന്ന് വാതിലടച്ച് വീടിനെക്കുറിച്ചും

ഭാര്യയെക്കുറിച്ചും സ്വപ്നം കണ്ട് മയങ്ങി. ഗാഢമായ ഒരുറക്കത്തിലേക്ക് കടക്കുംമുമ്പ് തന്നെ അയാൾ ഞെട്ടിയുണർന്നു. സ്ഥലകാല ബോധം നഷ്ടപ്പെട്ട മനസ്സോടെ ചുറ്റും നോക്കി. ഏറെക്കഴിഞ്ഞപ്പോൾ രാത്രിയുടെ കനത്ത മാറിടത്തിൽനിന്നും മൂടൽമഞ്ഞു പോലെ ഒരു സ്വപ്നം ഒഴുകി യൊഴുകി എത്തി. ആനന്ദത്തിന്റെ തുടക്കമെന്നോണം മൂടൽമഞ്ഞ് കുഞ്ഞായിയുടെ സ്വപ്നങ്ങൾക്ക് മുകളിലൂടെ പാറി നടന്നു.

അയാൾക്കപ്പോൾ ചെറിയൊരു മോഹമുദിക്കുകയയും അതിനവ സാനം തടുക്കു വിടവിലൂടെ കറുത്ത രാത്രിയിലേക്ക് നോക്കുകയും ചെയ്തു. അപ്പോഴൊക്കെ അയാൾക്കറിയാമായിരുന്നു, എന്നെങ്കിലുമൊ രിക്കൽ വർഷങ്ങൾ കുറെ കഴിഞ്ഞാലും ജിന്ന് ഈ വീടിന് ചുറ്റും വലം വയ്ക്കുമെന്നും നേരിട്ട് ജിന്നിനെ കാണുമെന്നും. പൊടുന്നനെ താനെന്ത് വിഡ്ഢിത്തമാണ് ചിന്തിക്കുന്നതെന്ന് അയാൾ ഒരു ഞെട്ടലോടെ ഓർ ക്കുകയും ചെയ്തു. ഇരുട്ടിൽ നേർത്ത അപശബ്ദങ്ങൾ. മരണത്തിന്റെ മണം ചുരത്തുന്ന കാറ്റ്. അതിനിടയിലൂടെ തെളിഞ്ഞു വരുന്ന പൊട്ടിച്ചൂ ട്ടിന്റെ കടുത്ത വെളിച്ചം..

ചൂട്ടിന്റെ വെളിച്ചം ഒന്ന് മിന്നിമറഞ്ഞ് കെട്ടു. ഇടവഴിയിലൂടെ നീണ്ട വെള്ള വസ്ത്രം ധരിച്ച രൂപം നടന്നുവരുന്നതായി കുഞ്ഞായിക്ക് തോന്നി. അയാളിൽ ഭയവും കൗതുകവും ഒന്നിച്ച് മിന്നിത്തെളിഞ്ഞു. വളരെ പ്രതീ ക്ഷയോടെ ആ രൂപത്തിന്റെ ചലനങ്ങളും കാൽപ്പെരുമാറ്റവും ശ്രവിച്ച് കുഞ്ഞായി ഒറ്റയ്ക്കിരുന്നു. രൂപം ഒന്നു മുരടനക്കി. പിന്നെ ധൈര്യ ത്തോടെ കുഞ്ഞായിയുടെ വീടിനുള്ളിലേക്ക് നുഴഞ്ഞുകയറി തീപ്പെട്ടി യുരസി.

കുഞ്ഞായിക്കപ്പോൾ സംസാരശേഷി നഷ്ടപ്പെട്ടു. ചലനശക്തി ഇല്ലാ തായി. അയാളപ്പോൾ തികച്ചും ഒരു പത്തുവയസ്സുകാരനായി മാറിയി രുന്നു. ഒരുവേള, കിനാവിലെന്നവണ്ണം കുഞ്ഞായി കണ്ണ്മിഴിച്ചിരിക്കെ, അപ്പുറത്ത് ഉമ്മയുടെ സംസാരം. സ്നേഹപൂരിതങ്ങളായ നിശ്വാസങ്ങൾ...

ഓരോർമ്മത്തെറ്റിനവസാനം, ജിന്നിനെ നേരിട്ടു കാണാൻ കുഞ്ഞായി ധൈര്യം സംഭരിച്ചു. പിന്നെ രണ്ടും കല്പിച്ച് പതുക്കെ വാതിൽ തുറന്നു. കുഞ്ഞായിക്ക് കരച്ചിൽ വന്നു. അയാൾ പെട്ടെന്ന് അകത്തെ മുറിയുടെ വാതിൽ തുറന്ന് ധൃതിയിൽ വെളിച്ചം തെളി യിച്ചു.

ഉമ്മയും ജിന്നും എഴുന്നേറ്റു നിന്നു.

അയാൾക്ക് പിന്നെ ഒന്നും ചിന്തിക്കാനായില്ല. കുഞ്ഞായി ജിന്നിനെ കെട്ടിപ്പിടിച്ചു. അയാളുടെ കരുത്താർന്ന കൈകളിൽ നിന്നും ജിന്ന് കുത രാൻ ശ്രമിച്ചു. പക്ഷേ, അയാൾ തികഞ്ഞ ആഹ്ലാദത്തോടെ ജിന്നിനെ വരിഞ്ഞു മുറുക്കി. രക്ഷപ്പെടാനുള്ള ജാലകം അവസാനമായും കൊട്ടി യടയ്ക്കപ്പെട്ടപ്പോൾ ജിന്ന് മൊഴിഞ്ഞു: "ൻെറ കുഞ്ഞായ്യേ..."

അപ്പോഴാണ് ജിന്ന് ഓത്തുപള്ളിയിലെ കുഞ്ഞാലൻ മൊല്ലാക്കയാ ണെന്ന സത്യം കുഞ്ഞായി ഒരു ഞെട്ടലോടെ അറിയുന്നത്...

സുലൈഖാ സ്വയംവരം

ബഹുമാന്യനും അഞ്ചാറു ഹജ്ജ് കർമ്മങ്ങൾ നിർവ്വഹിച്ച് ജന
ങ്ങൾക്കിടയിൽ സർവ്വസമ്മതനും പള്ളി, മദ്രസ, യത്തീംഖാന ആദിയാ
യ മത-ധർമ്മ സ്ഥാപനങ്ങളുടെ മരണംവരെയുള്ള പ്രസിഡന്റുമായ
ജനാബ് ചേനപ്പറമ്പത്ത് വീട്ടിൽ അലവിക്കുട്ടി ഹാജിയാണ് ഞങ്ങളുടെ
നാട്ടുപ്രമാണി. മൂപ്പരുടെ ശരീരംകണ്ടാലോ പെരുമാറ്റ രീതി കണ്ടാലോ
വസ്ത്രധാരണം നോക്കിയാലോ ആരും പുല്ലിന് വില വെക്കില്ല. ആ
ളൊരു ഉണങ്ങിയ കവുങ്ങു പോലെ നീണ്ടിട്ടാണ്. ഉരുണ്ട കണ്ണുകളും
വലിയ തലയും താടിയും ഒഴികെ ബാക്കിയൊക്കെ സാദാ എല്ലുപോലെ.
ഈ ശരീരം കാണാത്തവരോ അറിയാത്തവരോ ആയി ഞങ്ങളുടെ
നാട്ടിൽ ആണും പെണ്ണുമായിട്ട് ആരുമില്ല. അവരൊക്കെ പലപ്പോഴായി
പല നേരത്ത് ഈ മാന്യ ശരീരം കണ്ടിട്ടുണ്ട്. അതിനാൽ ആ ശരീര
സൗകുമാര്യത്തെപ്പറ്റി ഇനിയെന്തെങ്കിലുമെഴുതാൻ ഈ കഥാകാരൻ മുതി
രുന്നില്ല. മുതിർന്നാൽ എന്റെ എല്ലു നുറുങ്ങും എന്ന ധാരണയൊന്നും
വേണ്ട. കാരണം ഇങ്ങനെ മഹാമനസ്കനും സംശുദ്ധനുമായ ഒരു ഹാജി
യാർ ഞങ്ങളുടെ നാട്ടുമ്പുറത്തില്ല തന്നെ. അതിനർത്ഥം ഇക്കഥ വായിച്ച്
ആരും ഇത് ഞമ്മളെ ആ ആജ്യാരല്ലേ.. അതല്ല ഈ ആജ്യാരല്ലേ..
എന്നൊന്നും പറഞ്ഞ് ഫിത്നയുണ്ടാക്കാൻ നോക്കേണ്ട എന്നാണ്. ഈ
അലവിക്കുട്ടി ഹാജി എന്ന മനുഷ്യൻ ഒരുപക്ഷേ, ഞാനോ നിങ്ങളോ
ആവാം ആവാതിരിക്കാം. എന്തായാലും ഇയാൾ എന്റെ ചേറുമ്പ്
ദേശത്തെ ആരുമല്ലെന്ന് ഹൃദയത്തിലുറപ്പിച്ച്, നാവുകൊണ്ട് വെളിവാക്കി
പ്പറഞ്ഞുകൊണ്ട് വളരെ രസകരവും എന്നാൽ വിവാഹിതർക്കും മുതിർ
ന്നവർക്കും തീരെ രസിക്കാത്തതുമായ ഒരു മഹാ കഥ പറയാം.

നാട്ടിലെ സകല ആഘോഷങ്ങളിലും മരണങ്ങളിലും സജീവ പങ്കാ
ളിയാവാറുള്ള അലവിക്കുട്ടി ഹാജിയോട് ചോദിക്കാതെ ഞങ്ങളുടെ

നാട്ടിൽ ആരും ഇതുവരെ വിവാഹം കഴിച്ചിട്ടില്ല. കെട്ടിച്ചയച്ചിട്ടുമില്ല. അങ്ങനെ ഒരു കല്യാണവും ഇതുവരെ നടന്ന ചരിത്രവുമില്ല. ഇനി നടക്കുകയുമില്ല. എന്നാലിന്നിപ്പോൾ ആ കീഴ്‌വഴക്കം തെറ്റിച്ചിരിക്കുകയാണ്. അതും ഒരു പാവം സാധാരണക്കാരൻ. കിഴക്കേവീട്ടിൽ താമസിക്കും നാണി എന്ന അബ്ദുക്കുട്ടിയുടെ മകൾ സുലൈഖ (14) യെ ഹാജിയാരറിയാതെ ഒരുത്തൻ കെട്ടാൻ ശ്രമിച്ചു. അതല്ല, അലവിക്കുട്ടി ഹാജിയെ അറിയിക്കാതെ ചിലർ അവളെ കെട്ടിച്ചയക്കാൻ ശ്രമിച്ചു എന്നും പറയാം.

സംഭവം സത്യമാണ്. സുലൈഖ ജനിച്ചതും വളർന്നതും ഒരു വീട്ടിലെ സകലമാന പണികളും പഠിച്ചതും അലവിക്കുട്ടി ഹാജിയുടെ വീട്ടിൽനിന്നാണ്. അങ്ങനെയുള്ള ഹാജിയാരറിയാതെ അവളെ കെട്ടിക്കാൻ തീരുമാനിച്ചത് സുലൈഖയുടെ അയൽവാസിയും വിദ്യാസമ്പന്നനും സ്കൂൾ വാദ്ധ്യാരുമായ അയമു മാസ്റ്ററാണ് (ഇങ്ങനെ സന്മനസ്സുള്ള ഒരൊറ്റ മാഷും ഈ കാലംവരെ ഞങ്ങളുടെ നാട്ടിലുണ്ടായിട്ടില്ല–കഥാകൃത്ത്). കാരണം, അയമു മാസ്റ്റർക്ക് സുലൈഖയുടെ നിറവും ചേലും ഉയരവും തിളക്കവുമൊക്കെ പറ്റി. മാത്രവുമല്ല, കേവലം രണ്ടു മൂന്നു കൊല്ലത്തിനിടയിൽ ആ തിളക്കം നഷ്ടപ്പെടാനും മതി. അയമു മാസ്റ്ററും അലവിക്കുട്ടി ഹാജിയും പണ്ടേക്കുപണ്ടേ ചങ്ങാതിമാരായിരുന്നതുകൊണ്ട് ഇക്കാര്യത്തിൽ യാതൊരു സംശയത്തിനും വകയില്ലെന്നാണ് മാഷ് പറയുന്നത്.

അങ്ങനെ കുറുക്കുവഴികളിലൂടെ സുലൈഖ എന്ന പതിനാലു കാരിയെ കെട്ടിക്കാൻ മാഷ് തീരുമാനിക്കുന്നു. ചെറുക്കൻ പെണ്ണുകാണാൻ വരുന്നു. ഇഷ്ടപ്പെടുന്നു. അവസാനം, ആ യുവാവു തന്നെ അലവിക്കുട്ടി ഹാജിയുടെ മുന്നിലെത്തി സംഗതി പറയുന്നു. അലവിക്കുട്ടി ഹാജി അത്യുച്ചത്തിൽ ചിരിക്കുന്നു. പിന്നെ സാവധാനം പറയുന്നു: "എഡാ ഹമ്‌ക്കേ.. സുലൈഖാനെ ഇജ് കെട്ട്‌ണീന്ന് ഞമ്മക്ക് യാതൊരു വിരോധോം എടങ്ങേറും ഇല്ല. ഐന് വേണ്ട പണ്ടോം പണോം ഒക്കെ ഞാനുണ്ടാക്കിത്തരാം. പച്ചെ, ഒരു കാര്യണ്ട്. ഓള്‌ക്ക് അന്നെ നേർക്ക് പറ്റണം."

"യാ.. മുഹയദ്ധീൻ.. സുലൈഖയേക്കാൾ മൊഞ്ചുള്ള യൂസഫിനെ അവൾക്ക് പറ്റില്ലേ...?"

യൂസഫിന് സങ്കടം തോന്നി. താനിത്രയ്ക്ക് മോശമാണോ എന്നയാൾ ശങ്കിച്ചു.

ഇതോടെ സംഗതി കുഴഞ്ഞു. പ്രശ്നം ജോറായി. അയമു മാസ്റ്ററുടെ വളഞ്ഞ വഴി അവസാനിപ്പിച്ചിട്ടേ ബാക്കിക്കാര്യമുള്ളൂ. ഹാജിയാർ തീർച്ചയാക്കി.

സംഭവം നാട്ടിലാകെ പാട്ടായി. കേട്ടവർ കേട്ടവർ പലതും പറഞ്ഞു. സുലൈഖയെ യൂസഫിനെക്കൊണ്ട് കെട്ടിക്കാൻ യുവാക്കൾ പരക്കം പാഞ്ഞു. അയമു മാസ്റ്റർ നേതൃത്വം നല്കി. എന്നാൽ അത്ഭുതമെന്നു തന്നെ പറയട്ടെ. അലവിക്കുട്ടി ഹാജിയും ഒതുങ്ങി നിന്നില്ല. മുപ്പർ പള്ളി ഖാദിയെ സ്വാധീനിച്ച് പ്രശ്നം വലുതാക്കി. അങ്ങനെ ഞങ്ങളുടെ മഹല്ല്

ഖാദി അൽഹാജ്. വൈ എൻ കുഞ്ഞഹമ്മദു മുസ്ല്യാരുടെ നേതൃത്വത്തിൽ പെണ്ണിന്റെ ഇഷ്ടത്തിനനുസരിച്ച് വിവാഹം നടത്താം എന്ന തീരുമാന ത്തിലെത്തിച്ചേർന്നു. കാരണം സുലൈഖയെകെട്ടാൻ യൂസഫ് എന്ന സു ന്ദരനായ യുവാവിനേക്കാൾ അലവിക്കുട്ടി ഹാജിക്കുമുണ്ടായിരുന്നു ക മ്പം.

അങ്ങനെ ഒരു വെള്ളിയാഴ്ച ജുമുഅക്കുശേഷം ഞങ്ങളുടെ ഗ്രാമ ത്തിലെ മദ്രസയിൽ സുലൈഖയെ വിളിച്ചുവരുത്തി. സംഭവമറിഞ്ഞ് നാടായ നാട്ടിൽനിന്നൊക്കെ ജനം എത്തിയിരുന്നു. മദ്രസയുടെ ഒരു ഭാഗത്ത് പെണ്ണുങ്ങളും തടിച്ചു കൂടിയിരുന്നു. യുവാക്കളായ യുവാക്ക ളൊക്കെ സുലൈഖയുടെ ഹരം പിടിപ്പിക്കുന്ന മേനി കണ്ട് പുളഞ്ഞു. പെണ്ണുങ്ങളായ പെണ്ണുങ്ങളൊക്കെ യൂസഫിന്റെ കരുത്താർന്നതും വടി വൊത്തതുമായ ശരീരം കണ്ട് രസിച്ചു. ഇതിനിടയിൽ അലവിക്കുട്ടി ഹാജി വിയർത്തു. ഈ വാശിയേറിയ മത്സരത്തിൽ തോറ്റാൽപ്പിന്നെ ജീവിച്ചിരു ന്നിട്ട് കാര്യമില്ല എന്നമട്ടിൽ അയാൾ അസ്വസ്ഥതയോടെ മണ്ടിക്കളിച്ചു.

അവസാനം കൂടിനിന്ന ജനത്തോടായി അലവിക്കുട്ടി ഹാജിക്കു വേണ്ടി ഖാദി പറഞ്ഞു: "സുഹൃത്തുക്കളേ.. നമ്മുടെ ബഹുമാന്യനായ അലവിക്കുട്ടി ഹാജിക്ക് സുലൈഖയെ തന്റെ മൂന്നാം ഭാര്യയായി കെട്ടാൻ ആഗ്രഹമുണ്ട്. അദ്ദേഹത്തിന് ചുരുങ്ങിയത് നാലു ഭാര്യമാരെ വരെ കെട്ടി പ്പോറ്റാനുള്ള കഴിവും പ്രാപ്തിയുമുണ്ട്. ആയതിനാൽ സുലൈഖയെ മൂപ്പർ കെട്ടുന്നതിൽ എന്താണ് സുഹൃത്തുക്കളേ.. തെറ്റ്?"

ചെറുപ്പക്കാർ മുസ്ല്യാരെ വില കൽപിക്കാതെ ഉച്ചത്തിൽ കുവാൻ തുടങ്ങി. ഉന്തും തള്ളുമായി. ബഹളമായി. അപ്പോൾ മുക്രി അസൈ നാർ ചെവികളിൽ ചൂണ്ടുവിരൽ തിരുകി അത്യുച്ചത്തിൽ ബാങ്ക് വിളിച്ചു. ജനം തെല്ലു ശാന്തരായി.

ഖാദിയാർ തുടർന്നു: "ഇനി അലവിക്കുട്ടി ഹാജിയെ നമ്മുടെ സുലൈ ഖായ്ക്ക് ഇഷ്ടപ്പെട്ടിട്ടില്ലെങ്കിൽ അവളെ യൂസഫിനെക്കൊണ്ടു തന്നെ കെട്ടി ക്കാൻ വേണ്ടിവരുന്ന സകല ചെലവുകളും അലവിക്കുട്ടി ഹാജി വഹി ക്കാമെന്നേറ്റിരിക്കുന്നു. ആയതിനാൽ ഇനി സുലൈഖയുടെ മനസ്സറി ഞ്ഞാൽ മാത്രം മതി.."

ജനം ആഹ്ലാദംകൊണ്ട് തുള്ളിച്ചാടി. യൂസഫിനെ വരിക്കാൻ പലരും സുലൈഖയെ പ്രോത്സാഹിപ്പിച്ചു. ജിജ്ഞാസ മുറ്റിയ നിമിഷങ്ങൾക്കിട യിലൂടെ സുലൈഖയെ ജനം ഖാദിയാരുടെ മുന്നിലേക്കാനയിച്ചു.

സുലൈഖ മുസ്ല്യാരുടെ ഇടത്തും വലത്തും നോക്കി. ഇടത്ത്, അതീവ സുന്ദരനും ആരോഗ്യവാനുമായ യൂസഫ്. വലത്ത്, നീണ്ടു കൊലുന്നനെയുള്ള അലവിക്കുട്ടി ഹാജി. വയസ്സൻ. വിരൂപൻ. സമ്പന്നൻ. നാട്ടുപ്രമാണി.

–ഇതിൽ ആരായിരിക്കണം തന്റെ പുത്യാപ്പ?
അവൾ ചിന്തിക്കാൻ തുടങ്ങി.
അപ്പോൾ മുസ്ല്യാർ സുലൈഖയോട് മയത്തിൽ പറഞ്ഞു: "മോളേ..

സുലൈഖക്കുട്ട്യേ.. രണ്ടാളേയും മോള് കണ്ടല്ലോ.. ആരായാലും അനക്ക് സുഖായിരിക്കും. നീ ഒന്നുകൊണ്ടും ബുദ്ധിമുട്ടേണ്ടി വരില്ല. ഇഷ്ടമുള്ള യാളെ തെരഞ്ഞെടുക്കാൻ നിനക്ക് സ്വാതന്ത്ര്യമുണ്ട്."

സുലൈഖ ചിരിച്ചു. പിന്നെ, മധുരമായി യൂസഫിനെ നോക്കി. എന്നിട്ട് അലവിക്കുട്ടി ഹാജിയെ നോക്കി. അവസാനം കൂടിനിന്ന ജനക്കൂട്ടത്തെ നോക്കി. ഹാജിയാർ ആത്മവിശ്വാസത്തോടെ ചിരിച്ചു. യൂസഫാകട്ടെ. നരകത്തിലെത്തപ്പെട്ടവനെപ്പോലെ സങ്കടപ്പെട്ടു.

"സുലൈഖാ... നിക്കിതിൽ ആരെ വേണം?"

ഖാദിയാർ ഉച്ചത്തിൽ ചോദിച്ചു.

സുലൈഖ ചുണ്ടനക്കി. ചിരിച്ചു. ജനം ശ്വാസമടക്കി കാത്തിരുന്നു. അവസാനം ജനക്കൂട്ടത്തിന്റെ ഉൽക്കണ്ഠയും ഹാജിയാരുടെയും യൂസ ഫിന്റെയും ഹൃദയ മിടിപ്പും ദീർഘിപ്പിക്കാതെ തനിക്ക് കഴിയുന്നത്ര ഉച്ച ത്തിൽ സുലൈഖ വിളിച്ചുപറഞ്ഞു: "നാട്ടുകാരേ... എനിക്ക് ഈ നില് ക്കുന്ന ചേനപ്പറമ്പത്ത് വീട്ടിൽ അലവിക്കുട്ടി ഹാജിയെ മാത്രം മതി. ന്റെ മരണം വരെ ഞാനോലെ മാത്രേ സ്നേഹിക്കൊള്ളൂ. ച്ച് ഓലെ മാത്രം മതി..."

പൊടുന്നനെ അവിടമാകെ കടുത്ത നിശ്ശബ്ദത പരന്നു. അലവിക്കുട്ടി ഹാജി മാത്രം ഉച്ചത്തിൽ ചിരിച്ചു; സുലൈഖയും. പിന്നെ നമ്മുടെ മുസ്ല്യാരും..

അതോടെ, അന്ന് അവിടെ വെച്ചുതന്നെ സുലൈഖയുടെ ബാപ്പ യേക്കാൾ പത്തിരുപത് വയസ്സിനു മൂപ്പുള്ള അലവിക്കുട്ടി ഹാജിക്ക് മൂപ്പ രുടെ പേരക്കുട്ടിയുടെ മാത്രം പ്രായമുള്ള സുലൈഖയെ അബ്ദുക്കുട്ടി നിക്കാഹ് ചെയ്തു കൊടുത്തു. ഇണയാക്കി; തുണയാക്കി. സുഹൃത്തു ക്കളേ.. ഇതാകുന്നു ജനാബ് അലവിക്കുട്ടി ഹാജി എന്ന മഹാന്റെ സംഭ വബഹുലമായ മഹാകഥ.

ഇനി, എന്റെ നാട്ടുകാരല്ലാത്ത നിങ്ങൾ, വായനക്കാർ പറയു... എന്താണ് സുലൈഖ അലവിക്കുട്ടി ഹാജി എന്ന വയസ്സനും വിരൂപനു മായ ഒരു മനുഷ്യനെ തന്റെ ഭർത്താവായി സ്വീകരിക്കാൻ കാരണം?

ഒരുതുള്ളി നന്മ: തിന്മയും

ഒന്ന്

എന്റെ കൂടെ എല്ലാ സമയത്തും നാലു പേരുണ്ടായിരുന്നു.

ഒന്ന്: എല്ലാവർക്കുമറിയുന്ന നിഴൽ.

രണ്ട്: വലതു ചുമലിൽ ഞാൻ ചെയ്യുന്ന എല്ലാ നന്മകളും രേഖപ്പെ ടുത്തുന്ന മലക്ക്.

മൂന്ന്: ഇടതു ചുമലിൽ തിന്മകൾ രേഖപ്പെടുത്തുന്ന മറ്റൊരു മലക്ക്.

നാല്: ഇവയ്ക്കെല്ലാം അതീതമായി ഏതു നിമിഷവും എന്റെ ഈ സുന്ദരജീവിതം അവസാനിപ്പിക്കാൻ, ദൈവകല്പനയും കാത്ത് ജാഗരൂ കനായിരിക്കുന്ന മറ്റൊരു മലക്ക്.

ഇതൊക്കെ ഞാൻ പണ്ടെന്നോ പഠിക്കുകയും അതപ്പടി മറക്കുകയും ചെയ്തതാണ്. ഉമ്മയും വല്യുമ്മയും ഇക്കാര്യങ്ങൾ പലപ്പോഴും എന്നോടു പറഞ്ഞ് എന്നെ ഭയപ്പെടുത്തുകയും ചെയ്തിട്ടുണ്ട്. പക്ഷേ, അന്നൊക്കെ ഒന്നിലും ശ്രദ്ധിക്കാതെ തന്നിഷ്ടത്തിനനുസരിച്ച് ദാ.. അങ്ങനെയങ്ങനെ നീങ്ങി. അത്ര മാത്രം.

എന്നാൽ, ബഹുമാന്യരെ, ഞാനിപ്പോൾ ഒരു സത്യവിശ്വാസിയാ കുന്നു. അഞ്ച് നേരങ്ങളിൽ നമസ്കരിക്കുന്ന, വർഷത്തിൽ ഒരുമാസം നോമ്പെടുക്കുന്ന സാക്ഷാൽ മുസൽമാൻ. നരകത്തെക്കുറിച്ചും സ്വർഗ ത്തെക്കുറിച്ചും പരലോകത്തെക്കുറിച്ചും തികഞ്ഞ ബോധമുള്ള അല്ലാഹു വിന്റെ അടിമ. പരലോകത്ത് പടച്ചതമ്പുരാൻ 'മഹ്ശറ' യെന്ന സ്ഥലത്തു വെച്ച് എല്ലാ മനുഷ്യരേയും വിചാരണ ചെയ്യുമെന്നും ആ കൂട്ടത്തിൽ എന്നെയും നിർബന്ധമായും ചോദ്യം ചെയ്യുമെന്നും അറിയുന്നവൻ. ഞാൻ കാഫിറെന്നു വിളിച്ചവരുടെ മുമ്പിൽ മരിച്ചു കഴിഞ്ഞാലും മാനം കെടാൻ തയ്യാറല്ലാത്തവൻ.

അതിനാൽ ഞാൻ ഭക്തിയുള്ളവനും പേടിയുള്ളവനുമാകുന്നു.
ഞാൻ സർവ്വശക്തനായ അല്ലാഹുവിനോട് കാവലിനെ തേടുന്നു...

അതായത്, എല്ലാ സമയങ്ങളിലും ദൈവസ്മരണ മാത്രം ഒതുക്കി
നിർത്തി കഴിയുകയാണ് ഈയുള്ളവൻ. പുറത്തിറങ്ങിയാൽ എന്റെ കാലു
കൾ വേണ്ടാത്ത സ്ഥലത്തേക്ക് എന്നെ നയിക്കും. കണ്ണുകൾ നിഷിദ്ധ
മായ സ്ഥലത്തേക്ക് നോക്കാൻ പ്രേരിപ്പിക്കും. കൈകൾ സുന്ദരമായതി
നെയൊക്കെയും സ്പർശിക്കാൻ കൊതിക്കും. അതിനാൽ മാന്യസുഹൃ
ത്തുക്കളെ, ഞാൻ ഈ മുറിയിൽ തനിച്ചിരുന്ന് എന്നേയും നിങ്ങളേയും
ഈ ലോകത്തെ ഒന്നടങ്കവും സൃഷ്ടിച്ച ലോകനിയന്താവായ അല്ലാഹു
വിനെ പ്രണമിക്കുന്നു.

രണ്ട്

അങ്ങനെ തനിച്ചിരുന്നപ്പോഴാണ് ഞാനൊരു കിനാവുകണ്ടത്. ഈ
ലോകത്തുള്ള സകലതിനേയും ഞാനിതുവരെയായി കിനാവു കണ്ട് പൂതി
തീർത്തിട്ടുണ്ട്. അതുകൊണ്ടാണ് ഞാൻ കിനാവുകണ്ട പരലോകത്തെ
ക്കുറിച്ച് പറയാൻ പോകുന്നത്.

ദൈവസന്നിധിയിൽ ഞാൻ നിസ്സഹായനായി നില്ക്കുന്നു. എന്റെ
ഇടതുവശത്ത് വിശാലമായ നരകം ആളിക്കത്തുകയാണ്. അതിന്റെ അസ്സ
ഹനീയമായ ചൂട് തോളെല്ല് വരെയുണ്ട്. അതോടൊപ്പം തന്നെ വലതു
വശത്ത് സ്വർഗ്ഗവും. അതിലധിവസിക്കുന്ന സുന്ദരന്മാരും സുന്ദരികളും.
അതിന്റെ അസാധാരണ ശോഭയുടെ തെളിച്ചം നരകത്തിന്റെ കാഠിന്യ
ത്തിനടുത്തുവരെ ഏന്തി നില്ക്കുകയാണ്.

ഞാൻ നരകത്തിലേക്കോ സ്വർഗത്തിലേക്കോ? ഞാനാകെ പരിഭ്രാ
ന്തനായി. അപ്പോൾ മീസാൻ എന്ന തുലാസ് ദൈവം കൈയിലെടുത്തു.
എന്നിട്ട് മലക്കുകളോട് ആജ്ഞാപിച്ചു: "ഈ മനുഷ്യൻ ലോകത്ത് വല്ല
നന്മയും ചെയ്തിട്ടുണ്ടെങ്കിൽ ഇതാ ഈ ത്രാസിൽ വലതു ഭാഗത്ത് വെ
ക്കുക."

നോക്കിനില്ക്കെ ഞാൻ ചെയ്ത സകല നന്മകളുടെയും ലിസ്റ്റ്
വായിച്ചു കേൾപ്പിച്ച് ഓരോ നന്മകളും പതുക്കെപ്പതുക്കെ എടുത്ത് എന്റെ
സമ്മതം വാങ്ങി മലക്ക് ത്രാസിൽ വെച്ചു. അത് വെച്ചുകഴിഞ്ഞപ്പോൾ
ദൈവം വീണ്ടും കല്പിച്ചു: "ഈ നില്ക്കുന്ന അടിമ വല്ല തിന്മകളും
ചെയ്തിട്ടുണ്ടെങ്കിൽ ഈ ത്രാസിന്റെ ഇടതു തട്ടിൽ വെക്കുക."

ഞാൻ ത്രിശങ്കു സ്വർഗ്ഗത്തിലായി. ജിജ്ഞാസയോടെ കാത്തിരുന്നു.
അപ്പോൾ എന്നെ ഞെട്ടിപ്പിക്കുന്ന, ഞാൻ ലോകത്ത് ചെയ്തുപോയ ഒട്ട
നവധി തിന്മകളെടുത്ത് മലക്ക് എന്നെ കാണിച്ച് ഉറപ്പു വരുത്തി ത്രാസി
ലിട്ടു. ഞാൻ കരച്ചിലിന്റെ വക്കത്തെത്തി സമ്മതം മൂളി.

അത്ഭുതം!

ത്രാസ് താണുതാണു പോകുന്നു. എന്റെ അറിവിൽ ഞാൻ നന്മ

കൾ മാത്രമാണ് കൂടുതൽ ചെയ്തിരിക്കുന്നത്. പക്ഷേ, തിന്മയുടെ ഭാഗ
മിതാ അധികം തൂങ്ങുന്നു. ഇതെന്തു കഥ?

ഞാൻ നരകമോർത്ത് പേടിച്ചു വിറച്ചു നില്ക്കെ, യാന്ത്രികമായി
ത്രാസ് നന്മയും തിന്മയും തുല്യമായി കാണിച്ചു. എന്നിൽ ചെറു ആഹ്ലാദം.
ദൈവത്തിന്റെ കണ്ണുകളിലും ആഹ്ലാദം. ഞാൻ ദൈവദാസൻ എന്തു ചെ
യ്യണമെന്നറിയാതെ പരുങ്ങി.

ഇതെങ്ങനെ സംഭവിച്ചുവെന്ന് ആലോചിച്ച് നില്ക്കെ, ദൈവം ശാന്ത
മായി അരുളി: "ഇവനെന്റെ പ്രിയപ്പെട്ട ദാസനാണ്. ഇവൻ ഒരു തുള്ളി
നന്മയ്ക്ക് ഒരു തുള്ളി തിന്മയും ചെയ്തിരിക്കുന്നു. അതിനാൽ ഇവന്
ഞാൻ പൊറുത്തുകൊടുത്തിരിക്കുന്നു. എന്തിനെന്നോ, ഇത്രയധികം
നന്മയും തിന്മയും ചെയ്തവർ ഭൂമിയിൽ വളരെ കുറവായിരിക്കും. കാര
ണം ഏതൊരുത്തനും ഒന്നുകിൽ നന്മ മാത്രമേ ചെയ്യാനൊക്കൂ. അല്ലെ
ങ്കിൽ തിന്മ. പക്ഷേ, ഇവൻ ഇതു രണ്ടുംകൂടി ഒരുമിച്ചെടുത്തിരിക്കുക
യാണ്. ഏറ്റവും കൂടുതൽ നന്മയും അത്രയും തിന്മയും ഇവൻ ചെയ്തി
രിക്കുന്നു. അതിനാൽ ഇവനെ എന്റെ പ്രത്യേക ഇഷ്ടപ്രകാരം സ്വർഗ്ഗ
ത്തിലാക്കുക..."

ഇതു പറഞ്ഞു കഴിഞ്ഞില്ല, അതിനുമുമ്പായി ഞാൻ സ്വർഗ്ഗത്തി
ലെത്തി. പക്ഷേ, അപ്പോഴും എനിക്ക് സങ്കടം തന്നെ. കാരണം അവിടെ
ആരുമുണ്ടായിരുന്നില്ല. ഞാൻ മാത്രമായിരുന്നു സ്വർഗ്ഗത്തിലെ ഏക
മനുഷ്യ ജീവി.

മൂന്ന്

മുകളിൽ എഴുതിയതായിരുന്നു കിനാവ്.

അതിനുശേഷമാണ് ഞാൻ നന്നാവാൻ ശ്രമിച്ചത്. അതിനാൽ ഞാനി
പ്പോൾ തിന്മകൾ ഒഴിവാക്കി നന്മകൾ പെരുപ്പിക്കുന്നു. അതല്ലാതെ ഈ
പാപി മറ്റെന്താണ് ചെയ്യുക?

നാല്

ഇതൊക്കെ സത്യമാണ് ജനങ്ങളേ.. ഞാനിതൊക്കെ നിങ്ങളോട് പറ
ഞ്ഞതുപോലെ എന്റെ അടുത്ത കുറെ ആളുകളോടും പറഞ്ഞു. അവ
രൊക്കെ നന്നാവാനും അവർക്ക് പരലോകത്ത് സ്വർഗ്ഗം കിട്ടാനും വേണ്ടി.
എന്നാൽ അവരതൊന്നും അനുസരിച്ചില്ല; സ്വീകരിച്ചില്ല. മാത്രമല്ല, അവ
രെന്നോട് ഒരപരാധവും ചെയ്തു. എന്തെന്നോ, എന്നെ ഈ മുറിക്കുള്ളി
ലിട്ട് അടച്ചുപൂട്ടി ഇതാണ് സ്വർഗ്ഗം എന്നുപറഞ്ഞ് അവരെന്നെ ആശ്വസി
പ്പിച്ചു.

ഇനി, നിങ്ങളൊന്ന് ചിന്തിച്ചു നോക്കൂ.. ഒരു സത്യവിശ്വാസിയുടെ
ഭൂമിയിലെ ഗതികേടും പരലോകത്തിലെ സൗഖ്യവും.

ഔലിയ

ഗ്രാമക്കാർ ഔലിയ എന്നു വിളിക്കുന്ന എന്റെ ബാപ്പ മരിച്ചതോടെ യാണ് ഞാൻ വളരാൻ തുടങ്ങിയത്. എനിക്ക് പണ്ടുതന്നെ ഒരു വിശ്വാസ മുണ്ടായിരുന്നു– ഓരോ മരണവും മറ്റൊരുത്തനെ വലിയവനാക്കുന്നു. ഈ വിശ്വാസം ബലപ്പെട്ടുവരാനും തുടങ്ങിയത് അങ്ങനെയാണ്.

സത്വെ, ഒന്നിലും വിശ്വാസമില്ലാത്ത എനിക്ക് സത്യത്തിൽ ബാപ്പ യുടെ മിക്ക പ്രവൃത്തികളോടും വിയോജിപ്പായിരുന്നു. നിത്യവും സുബ ഹിക്കെഴുന്നേറ്റ് രണ്ട് റക്കത്ത് നിസ്കരിക്കുന്നതും ശേഷം വിളക്കു കൾ കത്തിച്ചുവെച്ച്, ചന്ദനത്തിരിയുടെ മണം ശ്വസിച്ച് പരിശുദ്ധ ഖുർ ആൻ ഓതുന്നതും ഞാൻ കാണാറുണ്ട്. ഇക്കാര്യത്തിൽ എനിക്ക് ബാപ്പ യോടിഷ്ടമായിരുന്നു. അതെന്താണു കാരണമെന്ന് ചോദിച്ചാൽ എന്റെ യുള്ളിന്റെ ഉള്ളിൽ വിശ്വാസത്തിന്റെ ഒരുനുള്ള് അവശേഷിക്കുന്നുണ്ട് എന്നതുതന്നെ. ഏതായാലും ഈ പ്രവൃത്തികൾ കഴിയുമ്പോഴേക്കും ഏറനാടൻ കുന്നുകളിൽ കൂലിപ്പണി എടുക്കുന്ന പെണ്ണുങ്ങളും ഭർത്താ വിന്റെ അകൽച്ചയാലും ഭർത്താവയക്കുന്ന പണത്തിന്റെ കൊഴുപ്പിനാലും മാദകത്തം തുളുമ്പുന്ന യുവതികളും സാക്ഷാൽ ചേറുമ്പു കാക്കമാരും മൗലവിമാരും വൃദ്ധന്മാരും എന്റെ വീടിനു മുമ്പിലെത്തുന്നത് കാണു മ്പോൾ എനിക്കെന്തെന്നില്ലാത്ത ജാള്യത അനുഭവപ്പെടാറുണ്ട്. പക്ഷേ, ഇതിന്റെ ഏക കാരണക്കാരൻ എന്റെ ബാപ്പയായതിനാൽ എനിക്കതിനെ എതിർക്കാനായില്ല. ഞാനെല്ലാം സഹിച്ചു. ഒരു ബാപ്പയിൽനിന്നുള്ള എല്ലാ പീഡനവും.

പലപ്പോഴും ബാപ്പ എന്നോട് തെറി പറഞ്ഞിട്ടുണ്ട്. എല്ലാ തെറി കളും നമസ്കരിക്കാത്തതിനായിരുന്നു എന്നതിൽ എനിക്കാശ്വാസമുണ്ടാ യിരുന്നു. എങ്കിലും ഒരുദിവസം ഒരു ഭ്രാന്തിയെ കണി കണ്ടെഴുന്നേറ്റ

പ്പോഴാണ് എനിക്ക് ഭയങ്കര ദേഷ്യമുണ്ടായത്. കാരണം, അന്നത്തെ ആ ദിവസം എനിക്ക് തികച്ചും ഭ്രാന്തമായിരുന്നു. എന്നിട്ടും, ഞാൻ ബാപ്പ യോട് ഒന്നും പറഞ്ഞില്ല. നിത്യവും രാവിലെ കുളിയും കഴിഞ്ഞ് ഞാൻ പുറത്തിറങ്ങും. പിന്നെ ഉച്ചഭക്ഷണത്തിന് വീട്ടിലെത്തും. അതു കഴിഞ്ഞ് ഒരുറക്കം. ശേഷം, വൈകിട്ട് കാക്കാമാരുമായി സല്ലാപം. ഭയങ്കര രസം. പണപരമായി ഞാൻ വളരാൻ തുടങ്ങി. കാരണം, എന്റെ ബാപ്പയുടെ ചികിത്സയുടെ ഗുണം ഏറനാടിന്റെ എല്ലാ മുക്കിലും മൂലയിലുമെത്തി കഴിഞ്ഞിരുന്നു...

ആയിച്ചുവിന്റെ മാപ്പളയ്ക്ക് വിസ ശരിയായതും തിത്തുട്ടിക്ക് ഗർഭ മുണ്ടായതും ഇരുപത്താറു കൊല്ലങ്ങൾക്കുശേഷവും യാതൊരു തുമ്പു മില്ലാതിരുന്ന അയമുട്ടിയുടെ മകൻ കരീമിന്റെ വരവും ചേക്കുട്ടിപ്പാപ്പ യുടെയും ഒടിയന്റെയും ശൈത്താന്റെയും ശല്യം നിർത്തിയതും വീടിന്റെ കോലായിൽ ഉത്തരത്തിനു മുകളിൽ ഫണം വിടർത്തി നിന്നിരുന്ന പാമ്പ് അപ്രത്യക്ഷമായതും വളയൻ മാനുവിന്റെ വളഞ്ഞ ഇടതുകാൽ നിവർ ന്നതും മറ്റും മറ്റും അത്ഭുതമല്ലേ? ഇതൊക്കെ സംഭവിക്കുന്നത് എന്റെ ഓലപ്പുരയിൽ നിന്നാണല്ലോ? കാരണക്കാരൻ ബാപ്പയും.

ഇങ്ങനെയൊക്കെ ആയിട്ടും ബാപ്പ ഞാൻ നന്നായിക്കാണാനോ, എനിക്കൊരു ജോലി കിട്ടാൻ വേണ്ടിയോ ഒന്നും തന്നെ പ്രാർത്ഥിച്ചു കണ്ടില്ല. കാരണം, എന്റെ കൊച്ചു പുരയിൽ ഭക്ഷണസാധനങ്ങളും വീട്ടു മൃഗങ്ങളും നിറഞ്ഞു കവിഞ്ഞിരുന്നു. ഒരൊറ്റ വീട്ടുമൃഗവുമില്ലാതിരുന്ന എന്റെ വീട്ടിൽ നൂറ്റിച്ചില്ലാനം ആടുകളും രണ്ട് മൂരിക്കുട്ടനും ഒരു പോ ത്തും കുറേ കോഴികളുമുണ്ടായി. ഒക്കെ ബാപ്പയുടെ ചികിത്സയ്ക്കുള്ള സമ്മാനങ്ങളാണ്. മാറാരോഗം മാറ്റിക്കൊടുത്താൽ ആരാണ് സമ്മാനം കൊടുക്കാതിരിക്കുക?

വീട് വലുതാക്കണമെന്നും അരിച്ചാക്കുകളും ചിറ്റ്, തങ്കേലത്ത്, അര ക്കാപവനം തുടങ്ങിയ ആഭരണങ്ങളൊക്കെ ഭദ്രമായി സൂക്ഷിക്കണ മെന്നും ഞാൻ ഒരു പണിക്കും ഈ ജന്മത്തിൽ പോകരുതെന്നും ബാപ്പ എന്നോട് നേരിട്ട് പറഞ്ഞിട്ടുണ്ട്. എന്നിട്ടും ഞാനെന്റെ വഴിക്കു നടന്നു. ബാപ്പയുടെ ഏകമകനും ആകെയുള്ള കുടുംബബന്ധുവുമായ എന്റെ ഈ അനുസരണക്കേടുകൊണ്ടായിരിക്കാം അൻപത്തിനാലുകാരനായ ബാപ്പയുടെ മണവാട്ടിയായി ഗ്രാമത്തിലെ ഏറ്റവും പാവപ്പെട്ട കുടുംബാം ഗമായ സുബൈദ എത്തിയത്. ഏത് വയസ്സന്റെയും അന്ത്യാഭിലാഷം പ തിനഞ്ചുകാരിയായ ഒരു പെൺകുട്ടിയുമായി രമിക്കുക എന്നതുമാത്രമാ ണെന്ന് ഞാനറിഞ്ഞു. അതുപോലെ, പെൺകുട്ടികൾക്ക് സൗന്ദര്യത്തേ ക്കാളും ആരോഗ്യത്തേക്കാളും കൂടുതൽ ആവശ്യം അത്ഭുതങ്ങൾ കാണി ക്കാനുള്ള കഴിവും പണവും പണ്ടവുമാണെന്നും. അതുകൊണ്ടാണല്ലോ എന്റെ ബാപ്പയുടെ അത്രയും കാലത്തെ എല്ലാ സമ്പാദ്യങ്ങളും സുബൈ ദയുടെ മേനിയിൽ തൂങ്ങിക്കിടന്നത്.

ഇങ്ങനെ ബാപ്പ ചികിത്സിച്ചും സുബൈദ പുഞ്ചിരിച്ചും ഞാൻ

അലഞ്ഞും ജീവിതം കഴിക്കവെ, ഒരു സുപ്രഭാതത്തിൽ എന്റെ ബാപ്പ എനിക്കൊരു ഗ്ലാസ് വെള്ളം തരികയുണ്ടായി. 'പിഞ്ഞാണമെഴുത്ത്' കലക്കിയ വെള്ളമായിരുന്നു അതെന്ന് ഞാനറിഞ്ഞിരുന്നെങ്കിൽ ഒരിക്കലും അത് കുടിക്കില്ലായിരുന്നു. എന്തിനു പറയുന്നു, ആ വെള്ളം കുടിച്ചതോടെയാണ് എനിക്ക് ബാപ്പയോടും എളയുമ്മയോടും സ്നേഹം മൂത്തു വന്നത്. ബാപ്പയോടുള്ളതിനേക്കാൾ സുന്ദരിയും കൗമാരപ്രായക്കാരിയു മായ സുബൈദയെ ഞാൻ സ്നേഹിക്കാൻ തുടങ്ങി. ഇത് അപകടത്തി ലേക്കുള്ള വഴിയാണെന്ന് മനസ്സിലാക്കാൻ അധികസമയമൊന്നും വേണ്ടി വന്നില്ല.

ലോകത്തുള്ള ഏതു അസുഖത്തിനും മരുന്നുള്ള ബാപ്പയ്ക്ക്, സുബൈദയുടേയും എന്റെയും ഈ അസുഖം കണ്ടുപിടിക്കാനോ, അവ ളുടെ ഭ്രാന്ത് മാറ്റാനോ ആയില്ല. അതുകൊണ്ടാണല്ലോ അവൾ എന്റെ മാറിൽ തലചായ്ച്ച് കിടന്നുറങ്ങിയതും ഞങ്ങൾ ഭാര്യാഭർത്താക്കന്മാരെ പ്പോലെ നടക്കുന്നതും. ശരിയാണ്. ഞാനും സുബൈദയും നല്ല ചേർച്ച യാണ്.

ഇങ്ങനെയങ്ങനെ നാളുകൾ നീങ്ങവെ, ഒരു തണുപ്പുള്ള രാത്രിയിൽ എന്റെ നെഞ്ചത്ത് തലവെച്ച്, പരിപൂർണ്ണ നഗ്നയായിക്കിടന്ന സുബൈദ യുടെ ചന്തിയിൽ താളം പിടിച്ച് രസിക്കുമ്പോൾ അവൾ മൊഴിഞ്ഞു: "ഒറപ്പായിട്ടും ഇന്ന് ഓല് മരിച്ചും."

ശരിക്കും ഞാൻ ഞെട്ടേണ്ടുന്ന ഒരു സമയമാണത്. അല്ലെങ്കിൽ എന്റെ വികാരം മഞ്ഞുപോലെ തണുത്തുറങ്ങു കൂടേണ്ടതായിരുന്നു. പക്ഷേ, എന്റെ വികാരത്തിന് പതിന്മടങ്ങ് വർദ്ധനവുണ്ടായി. ഭ്രാന്തമായ ആവേശത്തോടെ ഞങ്ങൾ അന്ന് പലതവണ ഇണ ചേർന്നു. ആലസ്യ ത്തിന്റെ ധന്യമുഹൂർത്തങ്ങളുടെ മുകൾപ്പരപ്പിൽ ബാപ്പയുടെ അമാനു ഷിക കഴിവുള്ള മുഖം പാറി നിന്നു. നീണ്ടു വെളുത്ത താടിരോമങ്ങൾ വെള്ളി രേഖകൾ പോലെ മിന്നിത്തിളങ്ങി. തീക്ഷ്ണവും രൂക്ഷവുമായ കണ്ണുകളിൽ ക്രോധത്തിന്റെ നിഴൽ വീഴ്ത്തി, നെറ്റി ചുളിച്ച് ബാപ്പ എന്നെ ഭയത്തിന്റെ ആഴങ്ങളിലേക്കിറക്കി...

ഞാൻ തളർന്നുറങ്ങി. പ്രഭാതത്തിൽ എന്നെ വിളിച്ചുണർത്തിയതും മരണവിവരം യാതൊരു സങ്കോചവുമില്ലാതെ അറിയിച്ചതും എന്റെ എള യുമ്മ തന്നെയായിരുന്നു.

ഞാൻ മെല്ലെ വാതിൽ പടിക്കലേക്ക് ചെന്നു. പിന്നെ-അകത്ത് പ്രാർ ത്ഥനാ മുറിയിലേക്ക് നോക്കി. അവിടെ സകലതും മറന്ന്, മുസ്ഹഫിന രികിൽ നീണ്ടു മലർന്നു കിടക്കുന്ന എന്റെ ബാപ്പ. ഞാൻ ഒന്നു ഞെട്ടു കയും, അവസാനം ബാപ്പയെ പോയി വിളിക്കുകയും ചെയ്തു. പക്ഷേ, ബാപ്പ പടച്ച തമ്പുരാന്റെ തിരുസന്നിധിയിലേക്കുള്ള പുറപ്പാടിനായിട്ടാ യിരുന്നു കിടന്നിരുന്നത്.

നിർന്നിമേഷനായി കിടക്കുന്ന ബാപ്പയ്ക്കരികിൽ ചന്ദനക്കൂടും ഉണ്ട നൂലുകളും വെള്ളക്കടലാസുകളും പിഞ്ഞാണവും തണുത്തുറങ്ങ

വെള്ളവും അറബിവാക്കുകൾ നിറഞ്ഞ വിശുദ്ധ ഏടുകളും ചിന്നിക്കിട
ന്നിരുന്നു. അതു കണ്ടപ്പോൾ, ഒരു യക്ഷിയുടെ ആർത്തനാദവും അതിന്റെ
കൈപ്പിടിയിലൊതുങ്ങുന്ന ഒരു വയസ്സൻ മൃഗത്തിന്റെ അവസാന സ്വരവും
ഞാൻ കേട്ടു.

എന്നിൽ പക കത്തിത്തിളയ്ക്കാൻ തുടങ്ങി. അതിരുകളില്ലാതെ
എന്റെ മോഹത്തിന്റെ തേരുകൾ പതുക്കെ... പതുക്കെ ചലിക്കാൻ
തുടങ്ങി.. പിന്നെ അനന്തമായൊരു യാത്രയുടെ തുടക്കമെന്നോണം
വളരെ വേഗത്തിൽ അനന്തമായി പറക്കാൻ തുടങ്ങി. ബാപ്പയുടെ മരണം
യാതൊരു ദുഃഖവും എനിക്കു പകുത്തുതന്നില്ല എന്നതാണ് ഏറെ രസ
കരം.

എളയുമ്മ പൊട്ടിക്കരഞ്ഞപ്പോൾ, ഏറനാടൻ ജനങ്ങളൊക്കെ ദുഃഖ
ത്തോടെ മുറ്റത്തടിഞ്ഞു കൂടിയപ്പോൾ എനിക്ക് ചോദിക്കാൻ തോന്നി:
"അല്ലാ... ങ്ങളൊക്കെ എന്തിനാങ്ങനെ വ്യസനിക്ക്ണത്."

ഞാൻ ചോദിച്ചില്ല. പകരം മനസ്സിൽ കരുതി: 'ആരായാലും ഒരി
ക്കൽ മരിക്കണം. വരും തലമുറയ്ക്കുള്ള വഴിമാറലാണ് ഓരോ മരണവും.
മാത്രവുമല്ല, മറ്റൊരുത്തനെ വലിയവനും നല്ലവനുമാക്കുന്നു ചില മര
ണങ്ങൾ..' ആ സിദ്ധാന്തമനുസരിച്ച് എല്ലാ മതാചാര ചടങ്ങുകളോടെയും
തന്നെ ശവസംസ്കാരം നടത്തി.

ജനങ്ങളുടെ ആദരവു നിമിത്തമോ, അനാദരവു കാരണമോ ബാപ്പ
യുടെ കബറിനു മുകളിൽ ഒരു കൊച്ചുപുര കെട്ടിപ്പണിതുയർത്തി. ആ
പുര ഇനി ഒരു ജാറമാക്കി രൂപാന്തരപ്പെടുത്തണമെന്നും ബാപ്പയെ
അന്ധമായി ആരാധിക്കുന്നവർ എന്നോടു പറഞ്ഞു. അന്ന് വൈകിട്ട് ഞാൻ
വീട്ടിൽ വന്ന് ഭക്തിയോടെ രണ്ടു റകഅത്ത് സുന്നത്ത് നമസ്കരിച്ചു.
ബാപ്പായ്ക്കുവേണ്ടി പ്രത്യേകം പ്രാർത്ഥിച്ചു. പിന്നെ എല്ലാ ചിന്തകളും
മറന്ന് തളർന്നുറങ്ങി. ഉറക്കിന്റെ മാർദ്ദവമാർന്ന ലഹരിയിൽ എന്റെ
നാസാരന്ധ്രങ്ങളിലേക്ക് കാമത്തിന്റെ കടുംപൂക്കൾ തുളച്ചു കയറുന്ന
തും കണ്ണുകളിൽ ഒരു ഹൂറിയുടെ മുഖം തെളിയുന്നതും അറിഞ്ഞപ്പോൾ
ഞാനുണർന്നു. അതോടെ ഞാനൊരു കൊടുങ്കാറ്റായി പരിണമിച്ചു.

അവസാനം, ഞാനും സുബൈദയും കിടന്നുറങ്ങുമ്പോൾ അവൾ
അന്നും എന്റെ കാതിൽ മന്ത്രിച്ചു: "നാളെ മുതൽ ങ്ങളാ.. ഞ്ഞി ഔലിയ!."
ഞാൻ ഞെട്ടി: "എനിക്ക് ഔലിയയും ഔലിയപ്പാപ്പയും ഒന്നുമാ
കേണ്ട. മനുഷ്യനായാൽ മാത്രം മതി."

ഞാനത് പറഞ്ഞുതീരുംമുമ്പു തന്നെ സുബൈദ എവിടെ നിന്നോ
ഒരു അഴിക്കല്ലെടുത്തുയർത്തി. ചുകന്ന ചരടിൽ തൂങ്ങിക്കിടക്കുന്ന ചെലി
കെട്ടിക്കറുത്ത ആ അഴിക്കല്ലിലേക്ക് ഞാൻ കൗതുകത്തോടെ നോക്കി.
ബാപ്പയുടെ ബാപ്പാന്റെ... അവരുടെ ബാപ്പാന്റെ... അവരുടെ ബാപ്പാന്റെ
ബാപ്പയുടെ.... ഇങ്ങനെ തലമുറകളായി ലഭിച്ച അഴിക്കല്ല്. അതിന് മാന്ത്രി
കശക്തിയുണ്ടെന്ന് വിശ്വസിക്കാനായി ജനങ്ങളും...

പുരാതനമായ ആ അഴിക്കല്ല് സുബൈദയുടെ വെളുത്തുരുണ്ട കൈ

കളിൽ തൂങ്ങിക്കിടന്ന് ആടി. എന്നിട്ടും, എനിക്കത് ധരിക്കാൻ വല്ലാത്തൊരു പേടി. ഞാൻ ഭയപ്പെട്ടു നില്ക്കെ, എന്റെ നഗ്നമായ അരക്കെട്ടിൽ സ്നേഹ ബഹുമാനങ്ങളോടെ സുബൈദ അത് മൃദുവായി കെട്ടി. ഞാനെന്തു ചെയ്യ ണമെന്നറിയാതെ കുഴങ്ങി. അപ്പോൾ മാദകത്വം തുളുമ്പുന്ന ശബ്ദ ത്തോടെ മൃദുവായി അവൾ എന്റെ കാതിൽ മന്ത്രിച്ചു: "വിശ്വാസമാണ് കലാമേ ഏറ്റവും വലിയ മരുന്ന്. അതുതന്നെയായിരുന്നു അന്റെ ബാപ്പാന്റെ വിജയവും."

ഇത്രയും പറഞ്ഞ് സുബൈദ ആവേശത്തോടെ എന്റെ മുഖത്ത് ചുണ്ടുരസിക്കളിക്കാൻ തുടങ്ങി. പൊടുന്നനെ എന്നിൽ അജ്ഞാതമായ പുതിയ അറിവുകൾ ജീവൻ വെച്ചു വരുന്നതും അമാനുഷിക കഴിവുള്ള ഒരു ഔലിയയായി രൂപാന്തരപ്പെടുന്നതും ഭയത്തോടെ ഞാൻ തിരിച്ച റിഞ്ഞു.

സുബൈദയുടെ കണ്ണുകൾ തിളങ്ങി. മുഖം നിറയെ ഓജസ്സ് മിന്നി. ശ്വാസത്തിന് വേഗത കൂടുകയും സുഗന്ധപൂരിതമാവുകയും ചെയ്തു. ആ ഉന്മാദത്തിൽ അവൾ എന്റെ മുഖം കൈകളാൽ കോരിയെടുത്ത് അവളുടെ മുഖം കൊണ്ട് മറയ്ക്കാനും ലാളിച്ചോമനിക്കാനും തുടങ്ങി...

രണ്ട് ഉസ്താദുമാർ

"ഉസ്താദേ... പള്ളിക്കുളത്തിലെ വെള്ളവും പറ്റേ വറ്റി. മീനുക ളൊക്കെ ചത്തും തുടങ്ങി.. വുദു (അംഗശുദ്ധി) എടുക്കാൻ പോലും വെള്ളം കിട്ടാനില്ലല്ലോ?"

പള്ളി ഖാദിയാർ കമറുദ്ദീൻ മുസ്ല്യാർ ഞങ്ങളെ നോക്കി താടിയുഴി ഞ്ഞു ചിരിച്ചു: "അയ്ന്പ്പൊ എന്ത്ത്താ നമ്മൾ ചെയ്യാ...? മുത്ത് റസൂൽ നേരത്തെ തന്നെ ഇക്കാര്യം പറഞ്ഞിട്ടുണ്ടല്ലോ? അതിൻ പ്രകാരം ഇ നിയും മഴ കുറയും. മാത്രവുമല്ല, ജനവാസമില്ലാത്ത മരുഭൂമിയിലേക്കും കടലിലേക്കും വരെ മഴ മാറിപ്പോവുകയയും ചെയ്യും.."

പ്രവാചകൻ അങ്ങനെ പറഞ്ഞിട്ടുണ്ട്, ഖുർആനിൽ ഇങ്ങനെ പറ ഞ്ഞിട്ടുണ്ട് എന്നല്ലാതെ പ്രായോഗികമായി ഒരു പ്രതിവിധിയും ഒരു കാലത്തും മുന്നോട്ടു വെക്കാൻ കഴിയാത്ത മഹല്ല് ഖാദിയുടെ മുഖ ത്തേക്ക് ഞങ്ങൾ ഞെട്ടലോടെ നോക്കി. മഴനൂലുപോലുള്ള വിശ്വാസ ത്തിൽ തൂങ്ങി അദ്ദേഹം വീണ്ടും പറഞ്ഞു: "പടച്ചവൻ നല്കിയ അനു ഗ്രഹങ്ങൾക്ക് നന്ദി പറയാൻ മടിയുള്ള ധിക്കാരികളായ മനുഷ്യർക്ക് ഇനിയും പരീക്ഷണങ്ങൾ കൂടി വരികയേ ഉള്ളു. ഭൂമിയിൽ മറ്റു ജന്തു ജാലങ്ങൾ കൂടി ഇല്ലായിരുന്നുവെങ്കിൽ വല്ലപ്പോഴും പെയ്യുന്ന മഴ പോലും കിട്ടുമായിരുന്നില്ല."

"അപ്പൊ നമ്മളിനി എന്താ ചെയ്യാ? ങളതിനൊരു വഴി പറയിൻ മോയ്ല്യാരേ..."

"ഒന്നും ചെയ്യാനില്ല. വെള്ളത്തിന്റെ ഉപയോഗം പറ്റേ കുറയ്ക്കുക. ഓരോ ദിവസവും അഞ്ചുനേരം വുദു എടുക്കാനായി നാം പാഴാക്കുന്ന വെള്ളത്തിന്റെ അളവെത്രയാണെന്നറിയോ നിങ്ങൾക്ക്? പൈപ്പ് തുറന്നി ട്ടുള്ള ആർഭാടമായ അംഗസ്നാനമല്ലേ ഓരോരുത്തരും നടത്തുന്നത്?

പിന്നെ, വെള്ളം കിട്ടാതാവുമ്പോൾ തയമ്മം (മണ്ണ് തടവിക്കൊണ്ടുള്ള അംഗശുദ്ധി) ചെയ്യാനും മതം പഠിപ്പിച്ചിട്ടുണ്ടല്ലോ?"

"അതു നേരാ... അതുപോലെ മഴയ്ക്കു വേണ്ടി പ്രാർത്ഥന നടത്താനും പറയുന്നുണ്ടല്ലോ?"

ഉസ്താദ് ഒന്നു ഞെട്ടി. തന്റെ പ്രാർത്ഥനയ്ക്കൊന്നും മഴ പോയിട്ട് കാർമേഘം പോലും വരില്ലെന്നറിയാം. നല്ല ശമ്പളം കിട്ടുന്നതുകൊണ്ടും റിയൽ എസ്റ്റേറ്റ് ബിസിനസ് നടത്താൻ പറ്റുന്നതുകൊണ്ടുമാണ് ഇവിടെത്തന്നെ തൂങ്ങിപ്പിടിച്ചു നില്ക്കുന്നത്.

അദ്ദേഹം പറഞ്ഞു: "ഇപ്പൊ വിദേശത്തൊക്കെ മഴ പെയ്യിക്കുന്ന ഒരേർപ്പാടില്ലേ.. ക്ലൗഡ് സീഡിങ് എന്നോ മറ്റോ പറയുന്ന.."

"അതൊന്നും ഞമ്മളെ നാട്ടില് നടക്കൂലന്റെ ഉസ്താദെ. റേഷനരി പോലും നേരെ ചൊവ്വേ കൊടുക്കാൻ പറ്റാത്ത സർക്കാരല്ലേ? ഇങ്ങള് മഴയ്ക്കുവേണ്ടീട്ടുള്ള നിസ്കാരം നടത്തി ഒന്നങ്ങ്ട് പ്രാർത്ഥിച്ചാൽ മാത്രം മതി..."

ഞങ്ങളുടെ നിർബ്ബന്ധത്തിനു വഴങ്ങി മൂന്നു വെള്ളിയാഴ്ചകളിൽ അദ്ദേഹം കരഞ്ഞു പ്രാർത്ഥിച്ചിട്ടും ഗ്രാമത്തിലെന്നല്ല, ജില്ലയിലൊരിടത്തും മഴയുടെ ഒരനക്കവും കണ്ടില്ല. അവസാനം, ഉസ്താദ് ഖേദത്തോടെ പറഞ്ഞു: "കൊല്ലങ്ങളോളം നമ്മുടെ പള്ളിയിൽ ജോലി ചെയ്തിരുന്ന കാഞ്ഞിരംതൊടിയിൽ ഉസ്താദിനെ പോയി കണ്ടു നോക്കിൻ. മൂപ്പര് ദൊഅർന്നാ മഴ പെയ്യുന്ന് ഒറപ്പാ.."

ചുട്ടു പൊള്ളുന്ന വേനലിലൂടെ പള്ളിക്കമ്മിറ്റി സെക്രട്ടറിയുടെ പ്രൊഡ്യോയിൽ, കമ്മിറ്റി ചെലവിൽ പെട്രോളടിച്ച്, ഫുൾ എ സിയിൽ കാഞ്ഞിരംതൊടി ഉസ്താദിന്റെ വീടിനടുത്തെത്തിയപ്പോഴാണ് അവിടന്നങ്ങോട്ട് വീട്ടുമുറ്റത്തേക്ക് വാഹനം പോകാൻ വഴിയില്ലെന്നറിയുന്നത്. സഹി കെട്ടിറങ്ങി, ഉസ്താദിനെ ശപിച്ചുകൊണ്ട് വിണ്ടുപൊട്ടിയ പാടവരമ്പത്തൂടെ നടന്ന്, വീട്ടു മുറ്റത്തെത്തിയപ്പോൾ സ്വർഗ്ഗത്താഴ്വരയിലെത്തിയ അനുഭൂതി. തഴച്ചു വളർന്നു നില്ക്കുന്ന മാവും തെങ്ങും കവുങ്ങും മറ്റു എണ്ണമറ്റ പേരറിയാ മരങ്ങളും തണൽ വിരിച്ച വീടും ചുറ്റുപാടും. ചെടികളുടെയും പൂക്കളുടെയും സുഗന്ധസമൃദ്ധി. തെല്ലപ്പുറത്തുനിന്നും ചന്തമുള്ള നാടൻ കോഴികൾ കൗതുകത്തോടെ ഞങ്ങളെ ഏന്തി നോക്കി കൊക്കിപ്പാറി. ഒരാട്ടിൻ കുട്ടി മുറ്റത്തുടെ തുമ്പിയെടുത്തോടി. ആട്ടിൻ കുട്ടിക്കു പുറകെ യാതൊരു കൂസലുമില്ലാതെ ഒരു പാമ്പ് സാവധാനം ഇഴഞ്ഞു പോകുന്നത് ഞങ്ങൾ തെല്ലൊരു ഭയത്തോടെ കണ്ടു.

ഓടിട്ട മനോഹരമായ ആ കൊച്ചു വീടിന്റെ തണുപ്പാർന്ന തിണ്ണയിൽ ഞങ്ങളിരുന്നു. ഞങ്ങൾക്കിടയിലൂടെ ഭംഗിയുള്ളൊരു പൂച്ചക്കുട്ടി തൊട്ടും തലോടിയും നടന്നു. പൂമുഖവാതിൽ ആരോ തുറന്നു. മുന്നിൽ ചെറിയ ഒരു ആൺകുട്ടി.

"വല്ല്യുപ്പ കേറിയിരിക്കാൻ പറഞ്ഞു."

കസേരയിലിരിക്കുന്ന മഹാപണ്ഡിതൻ കാഞ്ഞിരംതൊടി ഉസ്താ

ദിന്റെ കൈപ്പത്തി ആദരവോടെ ചുംബിക്കാനാഞ്ഞതും ഞങ്ങളെ തട്ടി മാറ്റി, വിനയത്തോടെ ഇരിക്കാൻ പറഞ്ഞുകൊണ്ട് പതുക്കെ ചോദിച്ചു:

"എന്ത്യേപ്പൊ...എല്ലാരുംപാടെ വന്നത്?"

ഉസ്താദ് ഞങ്ങൾ മൂന്നു പേരേയും വാത്സല്യത്തോടെ നോക്കി മൃദു വായി പുഞ്ചിരിച്ചു. വെളുത്ത മേഘക്കുഞ്ഞുങ്ങളെപ്പോലുള്ള താടിയും പുരിക വെൺമയും മുഖശാന്തതയും ആത്മവിശുദ്ധിയുടെ തിളക്കമായി ഞങ്ങളിൽ നിറഞ്ഞു.

പേരക്കുട്ടി കൊണ്ടുവന്ന തണുത്ത വെള്ളം കുടിച്ചപ്പോഴാണ് അത് തേൻവെള്ളമാണെന്ന് മനസ്സിലായത്. കുളിർമ്മയും തേൻരുചിയും നാവിൻ തുമ്പിലിരിക്കെ, ഞാൻ നേരെ വിഷയത്തിലേക്ക് കടന്നു:

"ഉസ്താദേ.. ങ്ങളൊന്നു മഹല്ലിൽ വന്ന് മഴയ്ക്കുവേണ്ടി നിസ്ക രിച്ച് പ്രാർത്ഥിക്കണം. നാടാകെ കത്തുകയാണ്. നമ്മളെ പള്ളിക്കുളവും പറ്റെ വറ്റി. വുദു എടുക്കാൻ പോലും വെള്ളം കിട്ടാനില്ല. ഇനിയിപ്പൊ ഇ തല്ലാതെ വേറെ ഒരു വഴിയുമില്ല..."

"കമറുദ്ദീൻ പ്രാർത്ഥിച്ചില്ലേ?"

"മൂന്നു വട്ടം."

മറുപടിയൊന്നും പറയാതെ അദ്ദേഹം മന്ദസ്മിതം തൂവി. ഞങ്ങൾ അത്ഭുതത്തോടെ പരസ്പരം നോക്കി.

"കാലം അങ്ങനെയായിപ്പോയി.... നമ്മുടെ പള്ളികളും വീടുകളു മെല്ലാം കോൺക്രീറ്റ് കൊട്ടാരങ്ങളായില്ലേ? ഒരു ചെടിയോ മരമോ വെട്ടി നശിപ്പിക്കുകയല്ലാതെ ആരും വെച്ചുപിടിപ്പിക്കുന്നില്ലല്ലോ? മരങ്ങളും പാട ങ്ങളും പുഴകളും തോടുകളും ഉണ്ടോ നമ്മുടെ നാട്ടിലിപ്പോൾ? ഭൂമി നമ്മുടേതു മാത്രമല്ല, ജന്തുജാലങ്ങളുടേതു കൂടിയല്ലേ?"

"മഴയ്ക്കുവേണ്ടിയുള്ള ഉസ്താദിന്റെ പണ്ടത്തെ പ്രാർത്ഥനകളെ ക്കുറിച്ചും മഴ പെയ്യുമെന്നു പറഞ്ഞ സമയത്ത് പെരുംമഴ പെയ്തതും പുഴ കര കവിഞ്ഞൊഴുകിയതും ഒക്കെ ഞങ്ങൾ പറഞ്ഞു കേട്ടിട്ടുണ്ട്. അതുപോലെ.. ഒരൊറ്റത്തവണ വന്ന്..."

പറഞ്ഞത് ശരിയെന്നോ തെറ്റെന്നോ സമ്മതിക്കാതെ, നേരിയ മന്ദ ഹാസത്തോടെ ഉസ്താദ് ഞങ്ങളെ നോക്കി ഗൂഢമായി ചിരിച്ചു. പിന്നെ, ഏതോ ഒരു ഉൾത്തെളിച്ചത്തിലെന്ന പോലെ പതുക്കെ പറഞ്ഞു:

"നിങ്ങൾ പെയ്ക്കോളിൻ കുട്ട്യാളേ... മഴയൊക്കെ അതിന്റെ കാലാ വുമ്പൊ പെയ്തോളും.."

നിരാശയോടെ പുറത്തിറങ്ങി പാടവരമ്പത്തുടെ നരകവെയിൽ കൊണ്ട് നടക്കുമ്പോൾ ഉസ്താദിന്റെ വാക്കുകൾ പുതു മഴയായി ഞങ്ങൾക്കു മേൽ ഒരത്ഭുതമായി പെയ്യാൻ തുടങ്ങി...

മിനാരം

സ്വപ്നത്തിന്റെ ആയുസ്സ് പെട്ടെന്നൊടുങ്ങി. മൊയ്തു മുസ്ല്യാർ ഞെട്ടിയുണർന്നു. ഭയത്തോടെ അല്ലാഹ് എന്നു പറഞ്ഞു. പിന്നെ ധൃതി യിൽ വിളക്കു കത്തിച്ചു. വെളിച്ചം മുറിയാകെ നിറഞ്ഞു. അതോടെ മൊയ്തു മുസ്ല്യാരുടെ മനസ്സ് അശാന്തിയിലേക്കുയർന്നു. അയാൾ തല യിണയ്ക്കടിയിൽ നിന്നും 'തസ്ബീഹ്' മാല എടുത്ത് അർദ്ധബോധ ത്തിൽ ദിക്ർ ചൊല്ലി.

ഇന്ന് വെള്ളിയാഴ്ച രാവാണ്. മറ്റേതു ദിവസത്തേക്കാളും പവിത്രവും പരിശുദ്ധവുമായ രാത്രി. ശാന്തമായ ഉറക്കത്തിനുശേഷം പുണ്യമാക്ക പ്പെട്ട വെള്ളിയാഴ്ചയിലേക്ക് പതുക്കെ മുസ്ലീങ്ങളെത്തുന്നു. അതിനാ ലാണ് വെള്ളിയാഴ്ച രാവ് മുസ്ലീങ്ങളുടെ നല്ല രാവാകുന്നത്. സർജി ന്നുകളും, മലക്കുകളും ഭൂമിയിലിറങ്ങുന്നതും സ്വാലിഹീങ്ങളായ ആളു കൾക്ക് വരദാനം കിട്ടുന്നതും വെള്ളിയാഴ്ച രാവാണ്.

മൊയ്തു മുസ്ല്യാർ ഓരോന്നോർത്തിരിക്കെ, എന്തിനെന്നില്ലാതെ അയാളുടെ മനസ്സ് പ്രക്ഷുബ്ധമായി. വേദവാക്യങ്ങളും മന്ത്രങ്ങളും അയാൾക്കപ്പോൾ ആശ്വാസമേകിയില്ല. അയാളിൽ നിറയെ സ്വപ്നമാ യിരുന്നു... ലോകാവസാനം, ഖിയാമത്ത് നാള്. അതിന്റെ ഭീകരത. ദജ്ജാ ലിന്റെ രൂപം.. ഇതൊക്കെ ഇപ്പോഴും തലയ്ക്കുള്ളിലുണ്ടെന്ന് മുസ്ല്യാർ നിനച്ചു.

അതികഠിനമായ ഇടിയും പെമാരിയും. ഭൂമി ആകാശത്തേക്കുയർന്നു. പാറക്കല്ലുകളും മലകളും കുന്നുകളും ചെറു കഷണങ്ങളായി പാറി. ആ സമയത്താണ് മുസ്ല്യാർ ഞെട്ടിയുണർന്നത്. അയാൾക്കെന്തോ, അപ്പോൾ ഉണർന്നതിൽ സങ്കടമാണ് തോന്നിയത്. ലോകാവസാനം ഹൃദ്യമായ രീതിയിൽ കാണുക. അതിൽനിന്നും രക്ഷപ്പെടുക.

ഇതൊക്കെ ഏതോ ഒരു വിപത്തിന്റെ ലക്ഷണങ്ങളാണ്.

മുസ്ല്യാർക്ക് പുറത്തിറങ്ങണമെന്നു തോന്നി. പക്ഷേ, നിഗൂഢമാ
യൊരു ഭയം അയാളെ പൊതിഞ്ഞു. അതിൽനിന്നും ഒന്ന് കുതറാൻ
പോലും അയാൾക്ക് കഴിഞ്ഞില്ല. പള്ളിയിലെ ഘടികാരം മിടിച്ചുകൊ
ണ്ടിരിക്കുന്നു. അതിന്റെ നേർത്ത മിടിപ്പ് അസഹനീയമായി തോന്നി. പള്ളി
ക്കുള്ളിൽ ഇപ്പോൾ ആരുമില്ലെന്നും പള്ളി അല്ലാഹുവിന്റെ ഭവനമാ
ണെന്നും അയാൾ മനസ്സിലാക്കി. വല്ലപ്പോഴും വഴിതെറ്റിവരുന്ന ഫക്കീറു
കൾ മാത്രമാണ് ഇടയ്ക്കൊക്കെ ഈ പള്ളിയിൽ രാപ്പാർക്കുക. അല്ലാ
ത്തപ്പോൾ മൊയ്തു മുസ്ല്യാർ മാത്രം. രാത്രി, അവസാനത്തെ പ്രാർത്ഥ
നയും കഴിഞ്ഞാൽ ഗ്രാമത്തിലെ എല്ലാ കാരണവന്മാരും പള്ളിയിൽ നിന്നി
റങ്ങുന്നു. പിന്നെ, അവരൊക്കെ എത്തണമെങ്കിൽ പ്രഭാതപ്രാർത്ഥനയ്ക്ക്
സമയമാകണം.

മൊയ്തു മുസ്ല്യാർക്ക് ഉറക്കം വന്നില്ല. അയാൾക്ക് കണ്ണു തുറന്നി
രിക്കാനും കഴിഞ്ഞില്ല. അതിനാൽ തസ്ബീഹ് മാലയിൽ ദിക്റ് ചൊല്ലി
മുറിയിലൂടെ വെറുതെ നടന്നു. പുറത്ത് വെണ്ണിലാവ് പൂത്തിരിക്കുകയാണ്.
അതിന്റെ വെണ്മ ജനലഴികൾക്കിടയിലൂടെ കടന്നുവന്നത് അയാൾ കണ്ടു.
തികഞ്ഞ നിശ്ശബ്ദത. അതിനിടയിൽ ഘടികാരത്തിന്റെ മിടിപ്പുമാത്രം.

നാളെ വെള്ളിയാഴ്ചയാണ്.

പ്രാർത്ഥനയ്ക്ക് മുമ്പും പിമ്പും പ്രസംഗിക്കണം. ജനങ്ങളെ സൻ
മാർഗ്ഗത്തിലേക്ക് നയിക്കണം. മഹല്ലിൽ ആകെ ഒരു മാറ്റം വരുത്തണം.
കള്ളു കുടിയൻമാരുടെ എണ്ണം ചുരുക്കുക, വ്യഭിചാരികളുടെ അഴിഞ്ഞാട്ടം
ഒതുക്കുക, കളവ്, ചതി എന്നിവ ഇല്ലാതാക്കുക. നല്ല മനസ്സോടെ അല്ലാ
ഹുവിന് കീഴ്പ്പെട്ട് അവന്റെ വിധി വിലക്കുകൾ അനുസരിച്ച് ജീവിക്കുന്ന
ഒരു ജനത. അതാണ് സ്വപ്നം.

പക്ഷേ, മുസ്ല്യാർ എത്ര വയള് പറഞ്ഞിട്ടും ഉപദേശിച്ചിട്ടും ഗ്രാമ
ത്തിലെ ദുഷ്പ്രവൃത്തികൾ അനുസ്യൂതം വളരുകയല്ലാതെ ഇല്ലാതായില്ല.
അതിൽ വേദനിച്ച മുസ്ല്യാരും കാരണവന്മാരും ഒന്നിച്ചൊരു തീരുമാന
മെടുത്തു: 'നമസ്കരിക്കാതെ, ജുമുഅക്കുവരാതെ, തോന്ന്യാസവുമായി
നടക്കുന്നവരെ ഒറ്റപ്പെടുത്തുക.'

ഇക്കാര്യം നാളെ ഒന്നുകൂടി ആവർത്തിച്ചു പറയണം. പള്ളിയുടെ
ശാസന അനുസരിക്കാത്ത ആരുടെ കുടുംബവുമായും പള്ളി ഖാദിയോ
മറ്റോ ബന്ധപ്പെടില്ല. ഈ മാർഗ്ഗം പറഞ്ഞാൽ ജനം ഭയപ്പെടും. അതോടെ
അവർക്ക് ഭക്തി കൂടും. തോന്ന്യാസങ്ങൾ പറ്റെ മാറും.

ഇത്രയും കാര്യങ്ങൾ ആലോചിച്ചപ്പോൾ മുസ്ല്യാർക്ക് ആശ്വാസ
മായി. അയാളുടെ ചുണ്ടിൽ ആശ്വാസത്തിന്റെ നിർവൃതി വിരിഞ്ഞു.
അയാൾ നാളത്തെ പ്രസംഗത്തിൽ പറയേണ്ടുന്ന ആയത്തുകളും ഹദീ
സുകളും, ഖുർആൻ വാക്യങ്ങളും ഓർത്തെടുക്കാൻ തുടങ്ങി. അങ്ങനെ
ഓർത്തിരിക്കെ, മൊയ്തു മുസ്ല്യാർക്ക് ഒരു ധൈര്യം എവിടുന്നോ കിട്ടി.
അതു കിട്ടിയപ്പോൾ മൂപ്പർ മെല്ലെ വാതിൽ തുറന്ന് പുറത്തു ചാടി.

പുറത്തെ നിലാവിലേക്ക് നോക്കിയപ്പോൾ ശാന്തമായൊരു നദിക്ക രയിലെത്തിയതുപോലെ മുസ്ല്യാർക്ക് തോന്നി. പരിശുദ്ധമാക്കപ്പെട്ട കഅ ബയുടെയും മക്കയുടെയും മദീനയുടെയും ഓർമ്മ അയാളിൽ നിലയി ല്ലാതെ വളർന്നു. അപ്പോളയാൾ അല്ലാഹുവിനെ സ്തുതിച്ചു. രാത്രിയുടെ തികഞ്ഞ മൗനത്തെ നിലാവ് പുതച്ചു കിടത്തിയിരിക്കുകയാണ്. ആ നിലാവ് കണ്ടിരിക്കാൻ അയാൾക്ക് താല്പര്യമേറി. അയാളപ്പോൾ സിമന്റ് തിണ്ണയിലിരുന്ന് വലതു കൈകൊണ്ട് താടി ഉഴിഞ്ഞു.

പെട്ടെന്ന് മുസ്ല്യാർ ഞെട്ടി. തിണ്ണയിൽനിന്നും അറിയാതെ ചാടി എഴുന്നേറ്റു. എന്തു ചെയ്യണമെന്നറിയാതെ തിണ്ണയ്ക്കരികിൽനിന്നും കുറേ ദൂരേക്കയാൾ മാറി നിന്നു. പിന്നെ അത്ഭുതത്തോടെയും ഭയത്തോ ടെയും നോക്കി.

മയ്യത്തുകട്ടിൽ ആടുകയാണ്.

പുറത്ത് നിലാവ് പരന്നൊഴുകുന്നു. അതിന്റെ അസാധാരണ വെളി ച്ചത്തിൽ തൂക്കിയിട്ട മയ്യത്തുകട്ടിൽ ആടുന്നു...

ഒരു നേർത്ത കാറ്റു പോലുമില്ലാതെ മയ്യത്തുകട്ടിൽ ആടുക. അതും വളരെ ശക്തിയിൽ...

മുസ്ല്യാർ പേടിച്ചു വിറച്ചു തുറിച്ചു നോക്കവെ, മയ്യിത്തു കട്ടിലാട്ടത്തിന്റെ ശക്തി വർദ്ധിച്ചു. അയാൾക്കപ്പോൾ അട്ടഹസിക്കണമെന്നു തോന്നിയെ ങ്കിലും സർവ്വശക്തനായ അല്ലാഹുവിനെ വിളിച്ച് പ്രാർത്ഥിച്ചു: 'നാഥാ... നിന്റെ ഈ പരീക്ഷണത്തിൽ നിന്നും എന്നെ നീ രക്ഷിക്കേണമേ...'

അയാൾ പലതവണ പ്രാർത്ഥിച്ചിട്ടും മയ്യത്തുകട്ടിൽ യാന്ത്രികമായി ഇളകിക്കൊണ്ടിരുന്നു. അപ്പോൾ മുസ്ല്യാർ തനിക്കറിയാവുന്ന മന്ത്രങ്ങൾ ജപിച്ചു. പിന്നെ കുറച്ചു സമയം കണ്ണടച്ചു നിന്നു.

പള്ളിക്കുള്ളിലൂടെ ആരോ കുറേയാളുകൾ ഓടുന്നതിന്റെ ശബ്ദം കാതുകളിൽ തറച്ചപ്പോഴാണ് അയാൾ കണ്ണുതുറന്നത്.

–ജിന്നുകളായിരിക്കും.

–മലക്കുകളായിരിക്കും.

അല്ലാഹുവിന്റെ ഭവനത്തിൽ, വെള്ളിയാഴ്ചരാവിൽ ഇവരല്ലാതെ മറ്റാ രാണ് കടന്നുവരിക? അയാൾ അങ്ങനെ നിനച്ചു.

എന്നിട്ടും അയാൾക്ക് പള്ളിയിലേക്ക് കയറാനോ തന്റെ മുറിയണ യാനോ കഴിഞ്ഞില്ല. നിലാവിന്റെ കുളിർമ്മയിൽ, ഭയത്തിന്റെ കരസ്പർ ശത്തിൽ തളർന്നയാൾ പള്ളിമുറ്റത്തു നിന്നു.

ഇപ്പോൾ മയ്യത്തുകട്ടിൽ നിശ്ചലമായിരിക്കുന്നു. പള്ളിയുടെ ഉള്ളിൽ ആരുടെയും കാൽപ്പെരുമാറ്റവും ഇല്ല. അൽഹംദുലില്ലാഹ്.. അല്ലാഹു വിന് സ്തുതി. മുസ്ല്യാർ അല്ലാഹുവിനെ വാഴ്ത്തി. അയാൾ ഭക്തിയുടെ ധൈര്യത്തിൽ പള്ളിക്കുള്ളിലേക്ക് കടക്കാൻ തുനിയവെ, വീണ്ടും അയാളെ ഭയത്തിന്റെ ഖബറിലേക്കിറക്കി ഘടികാരം ദീർഘമായി മണി അടിക്കാൻ തുടങ്ങി. മുസ്ല്യാർ പെട്ടെന്നുതന്നെ വീണ്ടും പുറത്തിറങ്ങി. താൻ ഏതോ വലിയ ഒരാപത്തിലകപ്പെട്ടിരിക്കയാണെന്നും ഇതിൽ

നിന്നും തനിക്കിനി മോചനമില്ലെന്നും മുസ്ല്യാർ വേദനയോടെ ഓർത്തു. തനിക്കുചുറ്റും ശൈത്താൻമാരും ജിന്നുകളും ഇറങ്ങിയിരിക്കയാണെന്നും ഇതൊക്കെ ഏതോ ഒരു മഹാവിപത്തിന്റെ സുചനയാണെന്നും അയാൾ കണക്കു കൂട്ടി. എന്നിട്ടും അയാൾക്കതിനെ അതിജീവിക്കാനായില്ല. ആകാ ശത്ത് പൂർണ്ണ വളർച്ചയെത്തിയ ചന്ദ്രൻ മാത്രം ഇതെല്ലാം നോക്കിക്കണ്ടു. ധാരമുറിയാതെ നിലാവ് ചൊരിഞ്ഞ് ചന്ദ്രൻ അയാളെ സാന്ത്വനിപ്പിച്ചു.

അയാളുടെ രക്ഷയ്ക്കായി അവിടെ ആരുമുണ്ടായിരുന്നില്ല. ഏക നായി കഴിയുന്ന അയാൾക്ക് ഇത്രയും വയസ്സിനിടയ്ക്ക് ഇത്തരമൊരനു ഭവം ഇതിനുമുമ്പ് ഉണ്ടായിട്ടുമില്ല.

—ആരുണ്ട് തുണ?

—ആരാണ് രക്ഷകൻ?

മുസ്ല്യാർ തന്റെ രണ്ടു കൈകളും ആകാശത്തേക്കുയർത്തി ഉള്ളു രുകി പ്രാർത്ഥിക്കാൻ തുടങ്ങി. അയാളുടെ ഹൃദയമിടിപ്പിനേക്കാൾ ശക്തി യിൽ ഘടികാരം പ്രാർത്ഥനയ്ക്കുമേൽ ശബ്ദിച്ചു. അയാളുടെ കണ്ണുകളിൽ നീർക്കണം ഇറ്റിറ്റു വീണു. പെട്ടെന്ന്, പള്ളിയുടെ ഗേറ്റ് തുറക്കുന്നതിന്റെ പരുക്കൻ ഇരുമ്പുശബ്ദം അയാളിലേക്ക് കടന്നുവന്നു. അതിന്റെ പഴ കിയ കരകര ഒച്ച കാതുകളിൽ രക്ഷയുടെ തെളിനീരൊഴിച്ചു. ഹൃദയ ത്തിൽ ഭയത്തിന്റെ ഭ്രാന്തൻ പൂക്കൾ വിരിയിച്ചു.

മൊയ്തു മുസ്ല്യാർ കൈകൾ ആകാശത്തു നിന്നെടുത്തു. അത്ഭുതം കുറുന്ന മിഴികളോടെ ഗേറ്റിനരികിലേക്ക് കാളലോടെ നോക്കി.

—അയാളിൽ നരകം കത്തി.

മുസ്ല്യാർക്ക് വിശ്വസിക്കാനായില്ല. അത്ഭുതത്തിന്റെയും ഭയത്തി ന്റെയും പങ്കുകൾ അനുസ്യൂതം കുങ്ങി. അയാൾക്ക് തലചുറ്റുന്നതായി തോന്നി. ഗേറ്റ് കടന്നുവരുന്ന രൂപം, നിലാവിൽ അയാൾ വ്യക്തമായി കണ്ടു.

—ഒരു സ്ത്രീ.

മക്കനെകൊണ്ട് ദേഹമാകെ മൂടിപ്പുതച്ച്, എന്തോ മാറിൽ ചേർത്തുപിടിച്ച്, ഈ അസമയത്ത് പള്ളി മുറ്റത്തേക്ക് കടന്നുവന്ന ഈ സ്ത്രീയാരാണ്?

—ജിന്നോ?

—ശൈത്താനോ?

അയാൾ തുറിച്ചു നോക്കി. അപ്പോളയാൾക്ക് ആശ്വാസമായി. ഘടി കാരത്തിന്റെ ചലനം നിന്നു.

മുസ്ല്യാർ തന്നെ രക്ഷിക്കാനെത്തിയ ആ സ്ത്രീരൂപത്തെ ശരി ക്കൊന്ന് നോക്കി. അതോടെ ഭയം വീണ്ടും അധികരിച്ചു.

—ആയിശക്കുട്ടി. ഗ്രാമത്തിലെ അറിയപ്പെടുന്ന വേശ്യ.

അയാൾ തലതാഴ്ത്തി. അവൾ നിസ്സഹായയായി അയാളെ നോക്കി.

എന്താണവളോട് പറയേണ്ടതെന്നോ ചോദിക്കേണ്ടതെന്നോ അയാൾ ക്കറിയില്ല. മദ്ധ്യവയസ്കയായ ആയിശക്കുട്ടി നിലാവിൽ തുടുത്തു നിന്നു. കണ്ണുകളിൽ ഭയത്തിന്റെ കൃഷ്ണമണികൾ. അവൾ വല്ലാതെ കിതയ്ക്കു നുണ്ടായിരുന്നു. വർഷങ്ങൾക്കുമുമ്പുള്ള അതിസുന്ദരിയായ ആയിശക്കു

ട്ടിയെ അയാളപ്പോഴോർത്തു.

"ങള് ഞെ രച്ചിക്കണം."

മുസ്ല്യാർ ഞെട്ടി. താനെങ്ങനെയാണ് ഇവളെ രക്ഷിക്കുക? അയാൾ അത്ഭുതത്തോടെ അവളെ കണ്ടു. അവളപ്പോൾ വിങ്ങലുകളൊതുക്കാൻ കഴിയാതെ തേങ്ങിക്കരയാൻ തുടങ്ങി.

"എന്താ... എന്തുണ്ടായി ആയിശക്കുട്ടി?"

മുസ്ല്യാർ ചോദിക്കുന്തോറും അവൾ കരച്ചിലൊതുക്കാൻ പാടുപെട്ടു. തേങ്ങലിന്റെ അലകൾ രാത്രി മൗനത്തിലൂടെ പാഞ്ഞു. അപ്പോൾ മൊയ്തു മുസ്ല്യാരിൽ ദയ ജനിച്ചു. അയാൾ അവൾക്കരികിലേക്ക് പതു ക്കെ നടന്നു ചെന്നു. പിന്നെ മൃദുവായി അവളുടെ ചുമലിൽ കൈവെച്ചു.

ആയിശക്കുട്ടി ഞെട്ടി.

"പറ... എന്താണു സംഭവം?" മുസ്ലിയാർ വിറയാർന്നു.

"ങക്കേ... ഞങ്ങളെ രച്ചിക്കാനാവൂ... ങളെനിക്കൊക്കെ പൊറുത്തു തരണം."

ഇതുകേട്ടപ്പോൾ മൊയ്തു മുസ്ല്യാരിൽ തമാശ ജനിച്ചു. അയാൾ സ്വയമറിയാതെ സാധാരണപോലെ ചിരിച്ചു. പിന്നെ ആകാശത്തേക്ക് കണ്ണുകളുയർത്തിപ്പറഞ്ഞു: "ഞാനും നീയും അല്ലാഹുവിന്റെ അടിമക ളാണ്. അടിമകൾ അവന്റെ (അല്ലാഹു) കല്പനകൾക്കനുസരിച്ച് ജീവി ക്കണം. നിന്നെ രക്ഷിക്കാനും നിന്റെ പാപങ്ങളൊക്കെ പൊറുത്തു തരാ നും ഈ ലോകത്താർക്കും കഴിയില്ല. ഒരു മനുഷ്യനെ രക്ഷിക്കാനും പാ പങ്ങൾ പൊറുത്തു കൊടുക്കാനും സർവ്വശക്തനായ അല്ലാഹുവിനു മാ ത്രമേ കഴിയു.."

മുസ്ല്യാർ മതപ്രസംഗത്തിനിടയിൽ ചെയ്യുന്നതുപോലെ നീണ്ട താടി യുഴിഞ്ഞു. ആയിശക്കുട്ടി ഗദ്ഗദത്തോടെ നിന്നു.

"നീ വന്നതെന്തിനാണ്?"

ആയിശക്കുട്ടി എന്തോ പറയാനൊരുങ്ങി. പക്ഷേ, അവളെത്ര ശ്രമി ച്ചിട്ടും അവൾക്ക് നാവ് ചലിപ്പിക്കാനായില്ല

"പറയൂ.. എന്തായാലും പറഞ്ഞോളൂ..." മുസ്ല്യാർ പ്രോത്സാഹിപ്പിച്ചു.

"കൗലത്ത് മരിച്ചു. ങക്കര്യേലോ ന്റെ ഒറ്റ മകൾ. ഓളെനിക്ക് ബാപ്പ യില്ലാത്ത ഒരു കുട്ടിയെത്തന്ന്... ഇതാ.. ഈ നട്ടപ്പാതിരാക്കാണ് മരിച്ചത്.."

ഒറ്റ ശ്വാസത്തിൽ അത്രയും പറഞ്ഞ് അവൾ മൊയ്തു മുസ്ല്യാരെ നോക്കി.

കൗലത്തിനും ബാപ്പയുണ്ടായിരുന്നില്ല. അവളും അനാഥയായ ഒരു കുട്ടിയെ പ്രസവിച്ചിരിക്കുന്നു. മുസ്ല്യാർ എന്തോ ആലോചിച്ചു നില്ക്കെ, ആയിശക്കുട്ടി തന്റെ കൈയിലെ തുണിയിൽ പൊതിഞ്ഞ ചോരനിറം വാർന്നു പോകാത്ത ആ കുഞ്ഞിനെ മുസ്ല്യാർക്കു നീട്ടി.

മൊയ്തു മുസ്ല്യാർ അകന്നു നിന്നു.

"ഈ കുട്ടിയും ഞാനും യത്തീമുകളാണ് മൊയ്ല്യാരേ... ന്റെ കൗല ത്തിനെ പള്ളിക്കാട്ടിൽ മറവുചെയ്യണം. പടച്ചോനെ വിചാരിച്ചിട്ടെങ്കിലും

നിങ്ങൾ കമ്മിറ്റിക്കാരെപ്പോലെ എതിരു നില്ക്കരുത്."

പറഞ്ഞുറപ്പിച്ച തീരുമാനത്തിൽ ഇനി എങ്ങനെയാണ് മാറ്റം വരു ത്തുക എന്നാലോചിച്ച് മൊയ്തു മുസ്ല്യാർ അവൾക്കു മുന്നിൽ അമ്പര ന്നുനിന്നു. വർഷങ്ങൾക്കു മുമ്പുതന്നെ കൗലത്തിനെയും ആയിശക്കുട്ടി യെയും പള്ളിയിൽനിന്നും ഒറ്റപ്പെടുത്തിയതാണ്. അവരുടെയരികിലേക്ക് ചെല്ലുന്നവരെ ഒറ്റപ്പെടുത്താനാർക്കും കഴിയില്ല. കാരണം ഒക്കെ വേണ്ട പ്പെട്ടവരും കാര്യപ്പെട്ടവരുമാണ്... അവസാനമിതാ.. ആയിശക്കുട്ടി സ്വന്തം മകൾ മരിച്ചയുടനെ പള്ളിയിലേക്ക് ഓടിവന്നിരിക്കുന്നു. മകൾക്കൊരു ഖബറിനു വേണ്ടി, അവളെ നല്ലരീതിയിൽ മറവുചെയ്യാൻ വേണ്ടി..

അയാൾക്ക് എന്തുചെയ്യണമെന്നറിയാതായി. ആയിശക്കുട്ടി ഒതുക്കാ നാവാത്ത കരച്ചിലോടെ വീണ്ടും പറഞ്ഞു: "എല്ലാ തോന്ന്യാസങ്ങളും നിർത്തി തൗബ ചെയ്ത് ഞാം മടങ്ങാം മോല്യേരേ.. ഓളെ കാര്യത്തി ലൊരു പ്രശ്നോം ണ്ടാക്കാൻ ങ്ങള് സമ്മതിച്ചരുതേ.."

എവിടന്നോ ഇറങ്ങിവന്ന ഒരു തണുത്ത കാറ്റ് അവരെ തഴുകി. അവ രപ്പോൾ തികച്ചും അന്ധരും ബധിരരുമായി. പെട്ടെന്ന് അവരെ ഞെട്ടിച്ചു കൊണ്ട് മിനാരമൊന്നിളകി. അത്ഭുതത്തോടെ അവർ മിനാരത്തെ നോക്കി. മിനാരം മെല്ലെ മെല്ലെ ആകാശത്തേക്കുയരുന്നതവർ പേടിയോടെ നിലാ വിൽ കണ്ടു. മുസ്ല്യാർ ആയിശക്കുട്ടിയിൽനിന്നും ചോരക്കുഞ്ഞിനെ ധൃതി യിൽ വാങ്ങി. ആയിശക്കുട്ടി രക്ഷകന് കുഞ്ഞിനെ സമർപ്പിച്ചു.

ഗ്രാമത്തിലെ ഒരു ചെറുപ്പക്കാരന്റെ മുഖം മാത്രമല്ല, കുറെ ചെറുപ്പക്കാ രുടെ സമ്മിശ്രമായൊരു ഛായയാണ് കുട്ടിയുടെ മുഖത്ത് പ്രതിഫലിക്കുന്ന തെന്ന് മുസ്ല്യാർക്ക് തോന്നിയപ്പോൾ മുസ്ല്യാർ കുഞ്ഞിനെ മാറിൽ അലി വോടെ ചേർത്ത് പിടിച്ച്, ഈ കുഞ്ഞെന്തു പിഴച്ചു എന്ന ചിന്തയോടെ മനം നൊന്ത് പ്രാർത്ഥിച്ചു. പ്രാർത്ഥനയുടെ തുടക്കത്തിൽത്തന്നെ അവരെ അ ത്ഭുതപ്പെടുത്തിക്കൊണ്ട് നിലാവ് കെട്ടു. കനത്ത ഇരുട്ട് അവരെ പരസ്പരം കാണാതാക്കി. ഭൂമി ആകാശത്തേക്കും ആകാശം ഭൂമിയിലേക്കും ഉയ രുകയും താഴുകയുമാണെന്ന് മുസ്ല്യാർക്ക് തോന്നി. ആ ഭയപ്പാടൊതുക്കി മുസ്ല്യാർ ഇരുട്ടിൽ പ്രാർത്ഥന തുടർന്നു. ആയിശക്കുട്ടി ആമീൻ പറഞ്ഞു.

പ്രാർത്ഥനയ്ക്കൊടുവിൽ അഭൗമമായ തേജസ്സോടെ നിലാവു തെളിഞ്ഞു വന്നു. പാപികൾ രാപ്പാർക്കുന്ന ഈ ഭൂമിയിലേക്ക് പിറന്നു വീണ കൗലത്തിന്റെ കുട്ടിക്കുവേണ്ടി മൊയ്തു മുസ്ല്യാർ ബാങ്കു വിളിക്കാൻ തീർച്ചപ്പെടുത്തി. ആയിശക്കുട്ടിയുടെ കൈയിൽ കുഞ്ഞിനെ തിരിച്ചേല്പി ച്ച്, രണ്ടു കൈയിന്റെയും ചൂണ്ടുവിരലുകൾ ചെവികളിൽ തിരുകി പടി ഞ്ഞാറോട്ട് മുഖം തിരിച്ച് ആത്മാർത്ഥമായി മുസ്ല്യാർ ബാങ്ക് വിളിച്ചു:

–അല്ലാഹു അക്ബർ...

–അല്ലാഹു അക്ബർ...

–അല്ലാഹു അക്ബറള്ളാഹു... അക്ബർ...

പഠനം

സന്ദേഹിയുടെ ആത്മഭാഷണങ്ങൾ

ഷെരീഫ് സാഗർ

പഞ്ചു മേനോനെയും സൂരി നമ്പൂതിരിപ്പാടിനെയും പ്രതിനായക രാക്കി ജീർണ്ണ പാരമ്പര്യങ്ങൾക്കെതിരെ ചന്തുമേനോൻ *ഇന്ദുലേഖയിൽ* നടത്തുന്ന പോരാട്ടം മലയാള സാഹിത്യത്തിലെ ശ്രദ്ധേയമായ ഒരു അദ്ധ്യായമാണ്. ഇംഗ്ലീഷ് വിദ്യാഭ്യാസം നേടുന്ന മാധവനും ഇന്ദുലേ ഖയും സാമൂഹിക ദുരാചാരങ്ങൾക്കെതിരെ പോരാടുന്ന യുവത്വത്തിന്റെ വേഷമണിഞ്ഞാണ് നോവലിൽ പ്രത്യക്ഷപ്പെടുന്നത്. പ്രമാണി വർഗ്ഗ ത്തിന്റെ പീഡനങ്ങൾക്കെതിരായ വിലാപങ്ങളും പ്രതിഷേധങ്ങളുമായി കേശവദേവിന്റെ കഥാപാത്രങ്ങൾ നമുക്ക് മുന്നിലുണ്ട്. അരുക്കാക്കപ്പെട്ട കഥാപാത്രങ്ങളെ തെരഞ്ഞുപിടിച്ച് പരിചയപ്പെടുത്തുകയാണ് തകഴിയുടെ കഥകൾ. നീറി നീറി പുകയുന്ന മനുഷ്യ നൊമ്പരങ്ങളുടെ അകത്താളു കളെ ഉറൂബിന്റെ രചനകളിൽ കാണാം. സ്വന്തം സമുദായത്തിലെ ദുരാ ചാരങ്ങൾക്കെതിരെ നിശിതമായ സാമൂഹിക വിമർശനവുമായിട്ടാണ് ലളി താംബിക അന്തർജ്ജനത്തിന്റെ കഥാപാത്രങ്ങൾ കടന്നുവരുന്നത്. *അഗ്നി സാക്ഷി* മതി ആ ആത്മസംഘർഷത്തെ അറിയാൻ. തറവാടിനു മാന ക്കേടുണ്ടാക്കി പ്രേമിച്ച പുരുഷനൊപ്പം ഇറങ്ങിപ്പോയ പാറുക്കുട്ടിയുടെ മകനായതുകൊണ്ട് നാലുകെട്ടിൽ പ്രവേശനം നിഷേധിക്കപ്പെടുന്ന അപ്പു ണ്ണിയുടെ കഥ എം ടി പറഞ്ഞുവെക്കുന്നത് ഒരു കാലഘട്ടത്തിന്റെ കണ്ണാ ടിയെന്നപോലെയാണ്. *അസുരവിത്തിലെ* ഗോവിന്ദൻകുട്ടിയുടെ ആത്മ സംഘർഷങ്ങളും ചെറുതല്ലാത്ത സാമൂഹിക വിമർശനത്തിന്റെ പ്രതിരു പങ്ങളാണ്. കാക്കനാടനും സക്കറിയയും സാറാ ജോസഫും നിർവ്വഹിച്ച സർഗ്ഗാത്മക വിമർശനത്തിന്റെ എഴുത്തു രീതികളും വിസ്മരിക്കാനാവില്ല. *ധർമ്മപുരാണത്തിലൂടെ* ഒ വി വിജയൻ നിർവ്വഹിച്ച ധർമ്മവും മറ്റൊ ന്നായിരുന്നില്ല.

മലയാള കഥയിൽ ഗുണകാംക്ഷയോടെയുള്ള സാമുദായിക വിമർ
ശനം നടത്തിയ എഴുത്തുകാരനാണ് വൈക്കം മുഹമ്മദ് ബഷീർ. *ന്റുപ്പൂ*
പ്പാക്കൊരാനേണ്ടാർന്നു എന്ന നോവലിൽ ഈ സർഗ്ഗാത്മക വിമർശം
മനോഹരമായി മിഴിനീർത്തുന്നത് കാണാം. കുഞ്ഞിപ്പാത്തുമ്മയെയും
നിസാർ അഹമ്മദിനെയും ബിംബ പ്രതിബിംബങ്ങളാക്കിയാണ് സർഗ്ഗാ
ത്മക വിമർശനത്തിന്റെ മാന്ത്രികത ബഷീർ പ്രകടിപ്പിക്കുന്നത്. അന്ധ
വിശ്വാസങ്ങൾക്കും വൈകൃത മതബോധത്തിനുമെതിരെ മനോഹരമായി
പേന ചലിപ്പിക്കുകയായിരുന്നു ബഷീർ. അത്രയും സത്യസന്ധമായി
മറ്റാരും മുമ്പോ പിന്നെയോ എഴുതിയില്ല. ജീവിതത്തിലെന്നപോലെ ഭാഷ
യിലും ഭാവുകത്വത്തിലും പ്രകടമാക്കിയ ഈ സത്യസന്ധത തന്നെയാണ്
ബഷീറിനെ ജനകീയനാക്കിയത്. പുനത്തിൽ കുഞ്ഞബ്ദുള്ളയുടെ *സ്മാ*
രകശിലകൾ സർഗ്ഗാത്മക സാമുദായിക വിമർശനത്തിന്റെ അതിവാദം
പ്രദർശിപ്പിക്കുന്നതാണ്. മുസ്ലീം സാമൂഹിക ജീവിതത്തെ ഇവർ മനോ
ഹരമായി ആവിഷ്കരിച്ചു. പുനർവായന അർഹിക്കുന്ന പി എ മുഹമ്മദ്
കോയയുടെ *സുൽത്താൻ വീട്* ആധുനികതയുടെ വെല്ലുവിളികളെ
അതിജീവിക്കാൻ അതിയായി ആഗ്രഹിക്കുമ്പോഴും അത് നഷ്ട
പ്പെടുത്തുന്ന സാംസ്കാരിക ജീവിതത്തെയാണ് മുന്നോട്ടു വെക്കുന്നത്.

ഈ ശ്രേണിയോട് ചേർത്തു വെക്കേണ്ട ഒന്നാണ് അബു ഇരിങ്ങാ
ട്ടിരിയുടെ കഥകൾ. മുസ്ലീം ജീവിതപരിസരങ്ങളിലെ ചെറുതും വലുതു
മായ അധികാര ഘടനകളെയും ഒഴിവാക്കപ്പെടേണ്ട മേൽക്കോയ്മാ പ്രവ
ണതകളെയും അതിനിശിതമായി കഥാകൃത്ത് ആക്ഷേപിക്കുന്നു. ഏറ
നാടൻ മുസ്ലീം സാമൂഹിക പരിസരങ്ങളെയും മാനസിക സംഘർഷങ്ങ
ളെയും അപ്പടി ഒപ്പിയെടുക്കുന്ന കഥകളാണ് ഇവയെല്ലാം. സമുദായ
ത്തിലെ ജീർണ്ണതകൾക്കെതിരെ ഒട്ടും മയമില്ലാതെയാണ് ചില കഥാ
പാത്രങ്ങൾ പ്രതികരിക്കുന്നത്. എന്നാൽ ആഖ്യാനത്തിന്റെ സൗന്ദര്യം
കൊണ്ട് നായകരും പ്രതിനായകരും ഒരുപോലെ വായനക്കാരന്റെ അനു
കമ്പ നേടുന്നു.

മതപുരോഹിതന്മാർ കഥാപാത്രങ്ങളായിവരുന്ന സമാഹാരം ഒരു
പക്ഷേ, മലയാളത്തിൽ ആദ്യമായിരിക്കും. പണവും അധികാരവും
ആജ്ഞാശക്തിയുംകൊണ്ട് സമുദായത്തെ അടക്കിഭരിക്കുന്ന പൗരോ
ഹിത്യ പ്രവണതകളുമായാണ് ഈ കഥകളിലെ പുരോഹിതന്മാർ വരു
ന്നത് എന്നു വിചാരിച്ചാൽ തെറ്റി. അത്തരത്തിൽ അപൂർവ്വം കഥാപാത്ര
ങ്ങളേയുള്ളൂ. നിഷ്കളങ്കരായ ഒരുപറ്റം മനുഷ്യരുടെ ആത്മസംഘർഷ
ങ്ങളാണ് ഈ കഥകൾ. ചുറ്റുപാടുകളാൽ പണിയപ്പെട്ട കൊച്ചു കുരക
ളായിട്ടാണ് പല കഥാപാത്രങ്ങളും രംഗപ്രവേശം ചെയ്യുന്നത്. സ്വയമറി
യാതെ ഔലിയ ആകുന്നവരും സാഹചര്യങ്ങളുടെ ഉന്തും തള്ളും സഹി
ക്കാനാവാതെ തെറ്റുകളിലേക്ക് അകപ്പെട്ടു പോയവരും ഈ കഥകളി
ലുണ്ട്. അതുകൊണ്ടുതന്നെ ഓരോ കഥ വായിക്കുമ്പോഴും വായന
ക്കാരന് അവരെ ആശ്ലേഷിക്കാൻ തോന്നും. അത്രമേൽ പരിചിതരായി

അവർ നമുക്ക് ചുറ്റും അലഞ്ഞു നടക്കുന്നതായി തോന്നും. എങ്ങനെ ഉപയോഗിക്കുന്നു എന്നതനുസരിച്ചാണ് ഏതൊരു ജീവിതത്തിന്റെയും ആകത്തുക എന്ന സാമാന്യ തത്ത്വം ഈ പുരോഹിതന്മാരുടെ ജീവിത ത്തിലൂടെ കണ്ണോടിച്ചാൽ ബോദ്ധ്യപ്പെടും.

'ഇഹപര ജീവിതങ്ങൾ' എന്ന കഥയിൽ ഈ തത്ത്വം അബു ഇരി ങ്ങാട്ടിരി തന്നെ പറയുന്നുണ്ട്. "ഏതൊരാൾക്കും ജീവിതം ഒന്നേയുള്ളു.. മതപണ്ഡിതനാണെങ്കിലും രാഷ്ട്രീയനേതാവാണെങ്കിലും.. നടനാണെ ങ്കിലും നാടനാണെങ്കിലും.. എഴുത്തുകാരനാണെങ്കിലും. അത് ഉപയോ ഗിക്കേണ്ട രീതിയിൽ ഉപയോഗിച്ചാലേ ഇഹത്തിലും പരത്തിലും ആർക്കും നേട്ടമുണ്ടാവൂ..." മതസംഘടനകൾ സംഘർഷ സംഘടനക ളായി മാറുന്നതിന്റെ വൈപരീത്യവും ഈ കഥ പങ്കുവെക്കുന്നുണ്ട്. അങ്ങനെ വേർപിരിയുന്ന സമയത്ത് സാധാരണ മുസ്ല്യാക്കന്മാർക്കുണ്ടാ കുന്ന ആത്മസംഘർഷത്തെ കഥാകൃത്ത് ഇങ്ങനെ വിവരിക്കുന്നു: 'രാഷ് ട്രീയവും പണവും അധികാരവും സ്ഥാനമാനങ്ങളും തന്നെയായിരുന്നു അന്നും മുഖ്യവിഷയം. അതോടെ, ഏതു ചേരിയിൽ നില്ക്കണമെന്നറി യാതെ ഞങ്ങൾ മുസ്ല്യാക്കന്മാർ പരക്കം പാഞ്ഞു. എവിടെയാണ് രക്ഷ യുടെ തുരുത്തെന്നറിയാതെ പകച്ചു. അവസാനം നല്ല ഒന്നാന്തരം പുതി ലുള്ള, വളക്കുറുള്ള മണ്ണൊഴിവാക്കി, വരണ്ടു പൊളിഞ്ഞ ഒരിടത്ത് നില്ക്കേണ്ടി വന്നു എനിക്ക്.'

മുസ്ലീം സ്ത്രീയെ സംബന്ധിച്ച തെറ്റായ അപര വ്യാഖ്യാനങ്ങളെ കുടഞ്ഞെറിയുന്ന സ്ത്രീ കഥാപാത്രങ്ങൾ അബു ഇരിങ്ങാട്ടിരിയുടെ കഥ കളിൽ നിത്യസാന്നിദ്ധ്യമാണ്. ഏറനാടൻ സ്ത്രീ മലയാള കഥകളിൽ എന്നൊരു പഠനത്തിന് ഈ കഥകൾ തെരഞ്ഞെടുത്താൽ അതിസമ്പ ന്നമായ ഉള്ളടക്കം ലഭ്യമാകും. 'നമസ്കരിക്കാതെ, ജുമുഅയ്ക്കുവരാ തെ, തോന്ന്യാസവുമായി നടക്കുന്നവരെ ഒറ്റപ്പെടുത്തുക' എന്ന ഊരു വിലക്കിന്റെ ഉത്തരവിൽ നാണംകെട്ട് നിറംകെട്ടുപോയ ഒരു പെൺജീ വിതത്തെ അതിമനോഹരമായി അവതരിപ്പിക്കുകയാണ് 'മിനാര'ത്തിൽ. ഗ്രാമത്തിലെ അറിയപ്പെടുന്ന വേശ്യയായ ആയിശക്കുട്ടിയാണ് ഈ കഥ യിൽ വായനക്കാരനെ സാമൂഹിക ജീവിതത്തിലെ വൈരുദ്ധ്യങ്ങളെ ഓർ മ്മപ്പെടുത്തുന്നത്. അത്യന്തം പിടിച്ചിരുത്തുന്ന ഭ്രമകല്പനകളിലൂടെയാണ് ഈ കഥ പുരോഗമിക്കുന്നത്. മുസ്ല്യാർ പലതവണ പ്രാർത്ഥിച്ചിട്ടും മയ്യ ത്തുകട്ടിൽ യാന്ത്രികമായി ഇളകുകയും ഒടുവിൽ നട്ടപ്പാതിരായ്ക്ക് ഒരു മരണവാർത്തയുമായി ആയിശക്കുട്ടി എത്തുകയുമാണ്. അവളെ കണ്ട തോടെ അയാളിൽ നരകം കത്തുന്നു. "ഈ കുട്ടിയും ഞാനും യത്തീമു കളാണ് മൊയ്ല്യാരേ... ന്റെ കൗലത്തിനെ പള്ളിക്കാട്ടിൽ മറവുചെയ്യണം. പടച്ചോനെ വിചാരിച്ചിട്ടെങ്കിലും. നിങ്ങൾ കമ്മിറ്റിക്കാരെപ്പോലെ എതിരു നില്ക്കരുത്." ബാപ്പയാര് എന്നറിയാതെ മകൾക്ക് ജനിച്ച കുഞ്ഞിനെ എടുത്താണ് ആയിശക്കുട്ടി പള്ളിയിലേക്ക് കയറിവന്നിരിക്കുന്നത്. 'അപ്പോൾ മിനാരം മെല്ലെ മെല്ലെ ആകാശത്തേക്കുയരുന്നതവർ പേടി

യോടെ നിലാവിൽ കണ്ടു' എന്നെഴുതുമ്പോൾ ഒരു പുരോഹിതന്റെ ആത്മ സംഘർഷങ്ങളെ കഥാകൃത്ത് വായനക്കാരിലേക്കും പടർത്തുകയാണ്. ആയിശക്കുട്ടിക്ക് ഊരുവിലക്ക് പ്രഖ്യാപിച്ച പള്ളിക്കമ്മിറ്റിയിൽ അവളുടെ നിത്യസന്ദർശകരുണ്ട് എന്ന വാസ്തവത്തെയും ആക്ഷേപ സ്വരത്തിൽ കഥയിൽ അവതരിപ്പിക്കുന്നുണ്ട്. പാപികൾ രാപ്പാർക്കുന്ന ഈ ഭൂമിയി ലേക്ക് പിറന്നുവീണ കൗലത്തിന്റെ കുട്ടിക്കുവേണ്ടി ബാങ്കു വിളിക്കാൻ മൊയ്തു മുസ്ല്യാർ തീർച്ചപ്പെടുത്തുന്നതോടെയാണ് കഥ അവസാനി ക്കുന്നത്.

'സുലൈഖാ സ്വയംവര'ത്തിലെ സുലൈഖ പെൺ പ്രതീകങ്ങളുടെ മറ്റൊരു പേരാണ്. ഏറനാടൻ പെൺകുട്ടികളുടെ ഒരുകാലത്തെ വലിയ പ്രശ്നം പട്ടിണി തന്നെയായിരുന്നു. പ്രായത്തിൽ മൂത്ത പുതിയാപ്പിള മാർ ഇളം പെൺകുട്ടികളെ തേടി ദാരിദ്ര്യം വിളയുന്ന കുരകളിലേക്ക് കയറിച്ചെന്നിരുന്നു. അതൊരു പുണ്യപ്രവൃത്തിയായിട്ടാണ് പലരും കരു തിയിരുന്നത്. രണ്ടാം കെട്ടോ മൂന്നാം കെട്ടോ ആയാലും പള്ളയ്ക്ക് വിശ പ്പില്ലാതെ കഴിയാമല്ലോ എന്ന സമാധാനത്തിൽ പെൺകുട്ടികളുടെ രക്ഷിതാക്കളും ആ പുതിയാപ്പിള വരവ് ഒരു സൗഭാഗ്യമായി കണ്ടു. അങ്ങനെ രണ്ടു പുരുഷന്മാർ സുലൈഖയെ കെട്ടാൻ തയ്യാറായി വരിക യാണ്. ഒരാൾ സുന്ദരനായ ചെറുപ്പക്കാരനും മറ്റേയാൾ വൃദ്ധനും. സ്വന്തം വല്ല്യുപ്പയുടെ പ്രായമുള്ള മനുഷ്യനെയാണ് സുലൈഖ വരിക്കാൻ തീരുമാനിക്കുന്നത്. സുന്ദരനോടൊപ്പം പട്ടിണി കിടക്കുന്നതിനേക്കാൾ വൃദ്ധനോടൊപ്പം സമൃദ്ധി ആസ്വദിക്കാം എന്നായിരിക്കാം അവൾ കരു തുന്നത്. അങ്ങനെയൊരു വ്യാഖ്യാനത്തിലേക്ക് കഥാകൃത്ത് കടക്കുന്നി ല്ലെങ്കിലും എന്തുകൊണ്ട് സുലൈഖ ഇയാളെ വേൾക്കാനൊരുങ്ങി എന്ന ചോദ്യം വായനക്കാരോട് ഉന്നയിച്ചുകൊണ്ടാണ് കഥ അവസാനിപ്പി ക്കുന്നത്. 'എന്താണ് സുലൈഖ അലവിക്കുട്ടി ഹാജി എന്ന വയസ്സനും വിരൂപനുമായ ഒരു മനുഷ്യനെ തന്റെ ഭർത്താവായി സ്വീകരിക്കാൻ കാരണം?' എന്ന ചോദ്യം ആ ജീവിതപരിസരത്തെ പരിചയമുള്ളവരോ ടുള്ള ചോദ്യമാണ്. അല്ലാത്തവർക്ക് ഒരുപക്ഷേ, അതിന്റെ പൊരുൾ പിടി കിട്ടണം എന്നില്ല. ഓരോ കഥയും വായിക്കുന്നവന്റെ കാഴ്ചപ്പാടിൽ വ്യ ത്യസ്തങ്ങളായിരിക്കാം. അങ്ങനെയൊരു സ്വാതന്ത്ര്യത്തിലേക്ക് വായ നക്കാരനെ നടത്തിക്കാനുള്ള പണി മിക്ക കഥകളിലും കാണാം.

'ഔലിയ' എന്ന കഥയിൽ ഇതുപോലെ വിചിത്രമായി പെരുമാറുന്ന ഒരു സ്ത്രീ കഥാപാത്രമുണ്ട്. സിദ്ധനായ ഭർത്താവിന് മുൻഭാര്യയി ലുണ്ടായ പതിനഞ്ചുകാരനുമായിട്ടാണ് സുബൈദ ബന്ധം പുലർത്തു ന്നത്. സിദ്ധികൾ എമ്പാടുമുള്ള ഔലിയയ്ക്ക് സ്വന്തം ഭാര്യയെ തൃപ്തി പ്പെടുത്താനുള്ള സിദ്ധിയുണ്ടായിരുന്നില്ല. മകനോടൊപ്പം കഴിയാൻ വേണ്ടി അവൾ തന്നെ കൊന്നുകളയും എന്ന് അയാൾ മുൻകൂട്ടി അറി ഞ്ഞില്ല. ഒടുവിൽ അത് സംഭവിച്ചു. തീർത്തും നിസ്സാരമായി അവൾ സിദ്ധന്റെ കഥ കഴിച്ചു. പിന്നീട് കിടന്നുറങ്ങുമ്പോൾ അവൾ അവന്റെ

കാതിൽ മന്ത്രിച്ചു: "നാളെ മുതൽ ങ്ങളാ.. ഞ്ഞി ഔലിയ!" ആ പ്രഖ്യാ
പനം അവനെ ഔലിയ ആക്കുന്നില്ല. പിതാവിനോടുള്ള അടങ്ങാത്ത വി
രക്തിയിൽ അവൻ പറയുന്ന മറുപടി ഇങ്ങനെയാണ്: "എനിക്ക് ഔലി
യയും ഔലിയപ്പാപ്പയും ഒന്നുമാകേണ്ട. മനുഷ്യനായാൽ മാത്രം മതി."
    മലബാറിലെ മാപ്പിള സ്ത്രീകളുടെ വേഷവും പെരുമാറ്റരീതികളും
അബു ഇരിങ്ങാട്ടിരിയുടെ കഥകളിൽ സരസമായി വിന്യസിച്ചിട്ടുണ്ട്. 'മത
പ്രസംഗം' എന്ന കഥയിൽ ബിയ്യുമ്മയെ പരിചയപ്പെടുത്തുമ്പോൾ
കുലീനയായ മാപ്പിള സ്ത്രീയുടെ രൂപഭാവങ്ങൾ വായനക്കാരന്റെ മന
സ്സിലേക്ക് ഓടിയെത്തുന്നു. ബിയ്യുമ്മ എന്ന രാജാത്തി എന്നാണ് വിശേ
ഷണം. അവരുടെ കാതുകൾ നിറയെ ചിറ്റുകളും കൈകൾ നിറയെ
സ്വർണ്ണവളകളും കഴുത്തിൽ തങ്കേലത്തും അരക്കാപ്പവനും ഗോതമ്പ
ത്തരമാലയും അരയിൽ പൊന്നരഞ്ഞാണവും കാലുകളിൽ സ്വർണ്ണപ്പാ
ദസരങ്ങളുമുണ്ടായിരുന്നു. മനോഹരമായ ഒരു പ്രണയത്തിന്റെ ദുരന്ത
പര്യവസാനമാണ് ഈ കഥയിലെ മറ്റൊരു പ്രത്യേകത. റെയ്ഹാന
ത്തിന്റെ പതിനാലുകാരിയായ മകൾ ജന്നത്തിനോട് ഓത്തു പഠിപ്പിക്കുന്ന
മുപ്പത്തിയാറുകാരനുണ്ടായ പ്രണയം. ജന്നത്തിനോടുള്ള മുഹബ്ബത്തി
ന്റെ ധാർമ്മിക വശങ്ങളൊന്നും മുസ്ല്യാർക്ക് വിഷയമാകുന്നില്ല. അതിനു
ള്ള ന്യായമായി അദ്ദേഹം പറയുന്നു: 'മുസ്ല്യാക്കന്മാരായ ഞങ്ങളും മനു
ഷ്യജീവികൾ തന്നെയല്ലേ? ഞങ്ങൾക്കും വിശപ്പും സ്നേഹവും കാമ
വും കരുണയും ദയയുമൊക്കെ ഉണ്ടാവില്ലേ? ഞങ്ങളും തിന്നുന്നത് ചോറു
തന്നെയല്ലേ? അതുകൊണ്ട് ഇന്നയാളേ സ്നേഹിക്കാവൂ കാമിക്കാവൂ എ
ന്നൊന്നും ആർക്കും പറയാനും പറ്റില്ലല്ലോ.' മഹല്ല് കമ്മിറ്റിയും മരയ്
ക്കാർ ഹാജിയും കൂടി ഭ്രാന്തനാക്കി മാറ്റിയ മുസ്ലിയാർ കവലയിൽനിന്ന്
കഥ പറയുകയാണ്. എത്രയൊക്കെ ബഹുമാനം നല്കിയാലും ദാരിദ്ര്യം
ഭക്ഷിച്ച് ജീവിക്കുന്ന മുസ്ല്യാക്കന്മാർക്ക് മക്കളെ കൊടുക്കാൻ കുലീന
രായ തറവാട്ടുകാർക്ക് മനസ്സുണ്ടായിരുന്നില്ല എന്ന് ഈ കഥ പറയുന്നു.
    ദേശത്തിന്റെ കഥാകാരനാണ് അബു ഇരിങ്ങാട്ടിരി. മിക്ക കഥകളി
ലുമെന്നപോലെ ചേറുമ്പ് ദേശത്തിന്റെ ജീവിത പരിസരങ്ങളെ കഥക
ളിൽ കാണാം. സ്വാനുഭവത്തിന്റെ മാന്ത്രിക സ്പർശമാണ് ഈ കഥ
കളുടെ മറ്റൊരു പ്രത്യേകത. ചേറുമ്പിൽ അദ്ദേഹം അനുഭവിച്ച കുട്ടി
ക്കാലം, ഓത്തുകാലം, സ്കൂൾ കാലം, മതജീവിതം, മനുഷ്യ സഹവാസം
എന്നിവയെല്ലാം തെറ്റിയും തിരിഞ്ഞും ഈ കഥകളിലൂടെ എത്തിനോ
ക്കുന്നത് കാണാം. ആത്മഭാഷണങ്ങളാണ് ഈ കഥകളുടെ മറ്റൊരു
പ്രത്യേകത. സ്വയം സംസാരിക്കുന്ന കഥാപാത്രങ്ങൾ ധാരാളമുണ്ട്. ചില
പ്പോഴൊക്കെ കഥാപാത്രങ്ങളെ സ്വതന്ത്രമായി സംസാരിക്കാൻ അനു
വദിച്ച് കഥാകൃത്ത് മാറിനില്ക്കുന്നുണ്ട്. കഥാകൃത്തിന്റെ ഇടപെടലുകളെ
പോലും മറികടന്ന് അവർ കഥയെ എങ്ങോട്ടൊക്കെയോ കൊണ്ടുപോ
കുന്ന കാഴ്ചയും രസകരമാണ്. 'മതപ്രസംഗം' എന്ന കഥ തന്നെയാണ്
ഇതിനുള്ള പ്രധാന ഉദാഹരണം. പ്രണയത്തെയും ജീവിതാനുഭവങ്ങ

ളെയും മതപ്രസംഗത്തിന്റെ ഈണത്തിലും ഭാവത്തിലുമാണ് ഈ കഥ യിൽ ആവിഷ്കരിക്കുന്നത്. 'ഏഴുകിനാവുകളും ഏഴു രാത്രികളും' എന്ന കഥ മലബാറിലെ മാപ്പിളമാരിൽ മതപ്രസംഗങ്ങൾ ഉണ്ടാക്കുന്ന സ്വാധീ നത്തെ വ്യക്തമാക്കുന്നു. ഏഴു സ്വപ്നങ്ങളിലൂടെ സ്വർഗ്ഗ, നരകങ്ങളുടെ അതിഭാവുകത്വമാർന്ന അനുഭവപ്പറച്ചിലുകളിലൂടെ മതപ്രസംഗം ഒരു മനു ഷ്യനെ സ്വാധീനിക്കുന്ന വിധം കഥാകൃത്ത് വെളിപ്പെടുത്തുന്നു. ചുറ്റും പുല്പായയുമായി മൈതാനങ്ങളിൽ രാപ്രസംഗങ്ങൾക്ക് പോയിരുന്ന ആണും പെണ്ണുമായ മനുഷ്യരെല്ലാം ഒരുകാലത്ത് ഈ പ്രഭാഷകരുടെ സ്വാധീനത്തിൽ അകപ്പെട്ടവരാണ്. അറിവു ലഭിക്കാനുള്ള ഉറവിടങ്ങൾ വർദ്ധിച്ചതോടെയാണ് ഈ സ്വാധീനവലയത്തിന് അല്പം മാറ്റം വന്നത്. എങ്കിലും മാപ്പിളമാരുടെ ജീവിത വ്യവഹാരങ്ങളെയും സ്വപ്നാടനങ്ങ ളെയും ഏറെ സ്വാധീനിക്കുന്ന ഒന്നായിരുന്നു രാപ്രസംഗങ്ങൾ.

ശവപ്പെട്ടി കച്ചവടക്കാരെപ്പറ്റി കേൾക്കാറുള്ള ഒരു കഥ അവർ ദിവ സവും ചുരുങ്ങിയത് ഒരു മരണമെങ്കിലും ആഗ്രഹിക്കും എന്നതാണ്. അത് അവരുടെ വയറ്റുപ്പിഴപ്പിന്റെ പ്രശ്നമാണ്. മരണത്തിന്റെ എണ്ണം കൂടുംതോറും ശവപ്പെട്ടി കച്ചവടം കൊഴുക്കും. 'കണ്ണികൾ' എന്ന കഥ യിൽ ഇങ്ങനെ മരണത്തിന് കാതോർക്കുന്ന ഒരാളുണ്ട്. നാട്ടിലുണ്ടാകുന്ന ഓരോ മരണത്തോടൊപ്പവും ജനം അയാളെ തിരയും. അയാളുടെ മരണം നാട്ടുകാർക്ക് സങ്കല്പിക്കാനാവില്ല. അയാൾ മരിക്കുമ്പോൾ 'ആരാണിനി ഖബർ കുത്തുക, ആരാണിനി മയ്യത്ത് നമസ്കരിക്കുക, ആരാണിനി മയ്യത്തിന്റെ തലയ്ക്കലിരുന്ന് ഓതുക' എന്നൊക്കെയുള്ള അങ്കലാപ്പി ലേക്ക് നാട്ടുകാരെ എത്തിക്കുന്ന കഥ സരസവും ചിന്തോദ്ദീപകവുമാണ്. കിനാവുകളിലൂടെയാണ് ഈ ആത്മപ്രകാശനങ്ങളൊക്കെയും സംഭവി ക്കുന്നത്. സ്വപ്നങ്ങൾ, ആത്മഭാഷണങ്ങൾ എന്നിവയാണ് കഥാകൃ ത്തിന്റെ പ്രിയപ്പെട്ട സംവേദന മാർഗ്ഗങ്ങൾ. 'ഏഴു കിനാവുകളും ഏഴു രാത്രികളും' എന്ന കഥയിൽ ഈ കിനാവുകളുടെ ആശയക്കുഴപ്പങ്ങളെ ക്കുറിച്ച് കഥാകൃത്ത് വ്യാകുലപ്പെടുന്നുണ്ട്. 'കിനാവുകൾ എന്റെ ദൗർ ബല്യങ്ങളായിരുന്നു. നന്നേ ചെറുപ്പം തൊട്ടേ ഞാനൊത്തിരി കിനാവു കൾ കാണുകയും അനുഭവിക്കുകയും ചെയ്തിട്ടുണ്ട്' എന്നു പറഞ്ഞുതുട ങ്ങുന്ന കഥാകൃത്ത് 'ഞാൻ അപ്പോഴും കിനാവുകളുടെ വിശ്വാസ്യത യും അവിശ്വാസ്യതയും വേർതിരിച്ചറിയാനാവാതെ ദുഃഖിക്കുകയായി രുന്നു' എന്നെഴുതി കഥ അവസാനിപ്പിക്കുന്നു.

പണക്കാരനെയും പാവപ്പെട്ടവരെയും നല്ല ജീവിതത്തിൽനിന്ന് വഴി തെറ്റിക്കുന്ന ഭൗതിക പ്രലോഭനങ്ങൾ ഒരുപാടുണ്ട്. എത്ര തന്നെ പിടിച്ചു നില്ക്കാൻ നോക്കിയാലും ചില മനുഷ്യർ അതിന്റെ കെണിയിൽ വീണു പോകും. ചിലപ്പോൾ നിവൃത്തികേടു കൊണ്ട്. അല്ലെങ്കിൽ അത്യാഗ്രഹം കൊണ്ട്. ബീരാൻ മൊല്ലയും ജമീലയും മരണത്തിലേക്ക് തെരഞ്ഞെടു ക്കപ്പെടുന്നത് ഈയൊരു നിവൃത്തികേടിന്റെ പുറത്താണ്. അന്യായത്തി ലൂടെ പണം സമ്പാദിച്ച ദുർന്നടപ്പുകാരനായ ഒരുത്തന് ദാരിദ്ര്യം മാറ്റാ

നുള്ള വഴികൾ തേടി സ്വന്തം മകളെ കൂട്ടിക്കൊടുക്കേണ്ട ഗതികേടിലെ
ത്തുന്ന ബീരാൻ മൊല്ല ഒടുവിൽ കുറ്റബോധത്തിന്റെ ഗർത്തത്തിൽ വീണ്
ആത്മഹത്യ ചെയ്യുകയാണ്. ബീരാൻ മൊല്ലയെ വഴിതെറ്റിക്കാൻ നട
ക്കുന്ന പിശാചാണ് ഈ കഥയിൽ ആത്മഭാഷണം നടത്തുന്നത്. ഓരോ
മനുഷ്യരെയും ദുർന്നടപ്പുകളിലേക്ക് വഴിനടത്തി 'നരകത്തിലെ വിറ
കാ'ക്കി മാറ്റാനാണ് പിശാച് ശ്രമിച്ചുകൊണ്ടിരിക്കുന്നത്.

ആത്മീയ വ്യാപാരികളുടെ പിടിയിൽ അകപ്പെടുന്ന ദാരിദ്ര്യം പിടിച്ച
ജനങ്ങളുടെ നേർചിത്രം അവതരിപ്പിക്കുകയാണ് 'ഫക്കീറുപ്പാപ്പ' എന്ന
കഥയിൽ. പെൺമക്കളെ കെട്ടിച്ചയക്കാൻ ഒരു വഴിയുമില്ലാതെ അന്തം
വിട്ടു നടക്കുന്ന സാധു മനുഷ്യനെയാണ് സിദ്ധന്റെ വേഷം ചമഞ്ഞ് ഫക്കീ
റുപ്പാപ്പ പറ്റിക്കുന്നത്. മകൾക്കുവേണ്ടി നല്ലൊരു പുതിയാപ്പിള വരുമെന്ന
ഫക്കീറുപ്പാപ്പയുടെ പ്രവചനം യാഥാർത്ഥ്യമാവുകയാണ്. മകളെ നല്ല
നിലയും വിലയുമുള്ള ഒരാൾക്ക് കെട്ടിച്ചുകൊടുക്കുന്ന പിതാവ് ഒരിക്കൽ
അവളെ തേടി പോയപ്പോഴാണ് കാര്യങ്ങളുടെ നിജസ്ഥിതി ബോദ്ധ്യ
പ്പെടുത്തുന്നത്. മുറിയിൽ ഫക്കീറുപ്പാപ്പ ചമ്രം പടിഞ്ഞിരിക്കുന്നു. മന്ത്ര
ങ്ങൾ ഉരുവിടുന്നു. മടിയിൽ തല വെച്ച്, അരയിൽ കെട്ടിപ്പിടിച്ച് ഒരു സുന്ദ
രിയും. ഫക്കീറുപ്പാപ്പയുടെ പങ്കാളിത്തമുള്ള ഒരു വേശ്യാലയത്തിലാണ്
മകൾ എത്തിപ്പെട്ടത് എന്ന സത്യം അറിയുമ്പോൾ ആ പിതാവിനുണ്ടാ
കുന്ന ആത്മസംഘർഷങ്ങളെ കഥാകൃത്ത് ഏറ്റവും ഹൃദ്യമായി അവത
രിപ്പിക്കുന്നു.

'സൂര്യൻ ഒരു ചാൺ അകലെ' എന്ന കഥയിലും ഭ്രമാത്മക ആത്മീ
യതയുടെ അതിപ്രസരം കാണാം. അതിനകത്തുപെട്ട് എങ്ങനെയാണ്
മനുഷ്യർ മറ്റൊന്നായി മാറുന്നത് എന്ന് അബു ഇരിങ്ങാട്ടിരി ഏറ്റവും
മനോഹരമായ ഭാഷയിൽ അവതരിപ്പിക്കുന്നു: 'അപ്പോൾ കൂടാരത്തിനു
മുകളിൽ അത്യത്ഭുതം പോലെ എങ്ങനെയോ കടും ചുകപ്പാർന്ന സുഗ
ന്ധപ്പുകകൾ ഉരുണ്ടു കൂടി. പുക ആൾക്കൂട്ടത്തെ തഴുകി ഒഴുകി നീങ്ങി.
പിന്നെ, പള്ളിമിനാരത്തിന്റെ ഉയരങ്ങളിലേക്ക് നീന്തിയെത്തി കുറേ ചെറു
പൂക്കളായി പൊട്ടിവിരിഞ്ഞു. അതിന്റെ അതിസുഗന്ധം കൂടിനിന്നവരുടെ
മൂക്കിലേക്ക് തുളച്ചു കയറി. അതോടെ അവരാകെ മത്തുപിടിച്ച പോലെ
യായി. കണ്ണുണ്ടായിട്ടും കാണാൻ കഴിയാത്ത, നാവുണ്ടായിട്ടും സംസാ
രിക്കാനാവാത്ത, ചെവിയുണ്ടായിട്ടും കേൾക്കാനാവാത്ത, ഹൃദയമുണ്ടാ
യിട്ടും ചിന്തിക്കാനാവാത്ത മനുഷ്യക്കോലങ്ങളായി അവർ നിന്നു." പണ
ക്കാരനായിട്ടും, ജീവിതം തന്നെ വഴിമാറിയിട്ടും ഒരു ജിന്നിന്റെ ഭ്രമത്തിൽ
അകപ്പെട്ട മനുഷ്യനെക്കുറിച്ച് 'ജിന്ന്' കഥ പറയുന്നു. ഒരു അനാഥന്റെ
ആത്മനൊമ്പരങ്ങളെ നന്നായി ആവിഷ്കരിക്കാൻ സാധിച്ച കഥയാണിത്.

സന്ദേഹിയായ ഒരു വിശ്വാസി കഥാകൃത്തിനെ നിരന്തരം പിന്തുട
രുന്നുണ്ട്. പാതി വിശ്വാസത്തിലും പാതി അവിശ്വാസത്തിലും അകപ്പെ
ടുന്ന കഥാപാത്രങ്ങൾ അതിന്റെ പ്രതിഫലനമാണ്. 'ഒരുതുള്ളി നന്മ:
തിന്മയും' എന്ന കഥയിൽ ഈ സന്ദേഹിയെ കാണാം. താൻ നരകത്തി

ലേക്കോ സ്വർഗ്ഗത്തിലേക്കോ? എന്ന് ആശങ്കപ്പെടുന്ന അയാളുടെ നന്മ തിന്മകളുടെ ത്രാസ് തുല്യമായി കാണിച്ചതോടെ ഒരു മുറിക്കുള്ളിലിട്ട് പൂട്ടുകയാണ്. എന്നിട്ട് ഇതാണ് സ്വർഗ്ഗം എന്നുപറഞ്ഞ് ആശ്വസിപ്പിക്കുന്നു. ഒരു സത്യവിശ്വാസിയുടെ ഭൂമിയിലെ ഗതികേടും പരലോകത്തിലെ സൗഖ്യവും എത്രയെന്ന് ചിന്തിക്കാൻ വായനക്കാരനോട് ആഹ്വാനം ചെയ്തിട്ടാണ് കഥ അവസാനിക്കുന്നത്. ഒരു സന്ദേഹിയുടെ ആത്മഭാഷ ണങ്ങളായി ഈ കഥകൾ മാറുന്നതിന് കഥാകൃത്തിന്റെ ജീവിതാനുഭവ ങ്ങൾ കാരണമായിട്ടുണ്ടാകാം.

മുൻവിധിയോടെയുള്ള ആക്ഷേപങ്ങളോടെയല്ല ഈ കഥകളിലെ സാമുദായിക വിമർശനം. 'രണ്ട് ഉസ്താദുമാർ' എന്ന കഥയിൽ ഈ നിഷ്പക്ഷ സമീപനം ദർശിക്കാം. അംഗശുദ്ധി എടുക്കാൻപോലും വെള്ളം കിട്ടാതെ പ്രയാസപ്പെടുന്ന നാടിന്റെ പ്രശ്നം തീർക്കാനുള്ള പരിഹാരം തേടിപ്പോകുന്നവർക്ക് മുന്നിൽ 'അനുഭവിച്ചേ പറ്റൂ, ഇത് ഖുർആനിലും മറ്റും പറഞ്ഞിട്ടുള്ള കാര്യമാണ്' എന്ന് ഓതി അവരെ കൂടുതൽ വേവ ലാതിയിലേക്ക് കൊണ്ടുപോകുന്നയാളാണ് ഒന്നാമത്തെ ഉസ്താദ്. 'പ്രവാ ചകൻ അങ്ങനെ പറഞ്ഞിട്ടുണ്ട്, ഖുർആനിൽ ഇങ്ങനെ പറഞ്ഞിട്ടുണ്ട്' എന്നല്ലാതെ പ്രായോഗികമായി ഒരു പ്രതിവിധിയും ഒരു കാലത്തും മുന്നോട്ടു വെക്കാൻ കഴിയാത്ത മഹല്ല് ഖാദിയുടെ മുഖത്തേക്ക് അവർ ഞെട്ടലോടെ നോക്കുകയാണ്. ഒടുവിൽ അദ്ദേഹത്തിന്റെ തന്നെ നിർദ്ദേ ശപ്രകാരം കാഞ്ഞിരംതൊടിയിൽ ഉസ്താദിനെ പോയി കാണുന്നു. 'കാലം അങ്ങനെയായിപ്പോയി.... നമ്മുടെ പള്ളികളും വീടുകളുമെല്ലാം കോൺ ക്രീറ്റ് കൊട്ടാരങ്ങളായില്ലേ? ഒരു ചെടിയോ മരമോ വെട്ടി നശിപ്പിക്കുക യല്ലാതെ ആരും വെച്ചുപിടിപ്പിക്കുന്നില്ലല്ലോ? മരങ്ങളും പാടങ്ങളും പുഴ കളും തോടുകളും ഉണ്ടോ നമ്മുടെ നാട്ടിലിപ്പോൾ? ഭൂമി നമ്മുടേതു മാത്രമല്ല, ജന്തുജാലങ്ങളുടേതു കൂടിയല്ലേ?' എന്ന യുക്തിസഹമായ ഉത്ത രമാണ് ഈ ഉസ്താദ് നൽകുന്നത്. പ്രശ്നങ്ങളെക്കുറിച്ച് മാത്രം പറഞ്ഞി രിക്കാതെ പരിഹാരത്തിന്റെ സാദ്ധ്യതകൾ തേടാനും ഭൂമിയിൽ മനുഷ്യൻ കുഴപ്പമുണ്ടാക്കിയതിന്റെ ഫലമാണ് പ്രകൃതിദുരന്തങ്ങളെന്ന് ഓർമ്മപ്പെ ടുത്താനും രണ്ടാമത്തെ ഉസ്താദിന് വേഗത്തിൽ സാധിക്കുന്നു.

ഏറനാടൻ ഭാഷയുടെ ചൂടും ചുവയും ആവോളം ആസ്വദിക്കാനുള്ള അവസരമാണ് ഈ കഥകളുടെ വായന. ആത്മഭാഷണങ്ങൾക്കൊപ്പം പറയേണ്ട മറ്റൊരു കാര്യം ജനങ്ങൾ കഥാപാത്രങ്ങളായി വരുന്നു എന്ന താണ്. പല കഥകളിലും നാട്ടുകാരും ആൾക്കൂട്ടവുമാണ് കഥാപാത്ര ങ്ങൾ. അവരുടെ സംഭാഷണങ്ങളും ആശങ്കകളും പ്രതീക്ഷകളുമെല്ലാം കഥാകൃത്ത് പങ്കുവെക്കുമ്പോൾ അതൊരു നാടിന്റെ പ്രശ്നവും പരി ഹാരവുമായി മാറുന്നു. തന്റെ നാട്ടിലും ഇങ്ങനെയുള്ള ആളുകളുണ്ടല്ലോ എന്ന് ഓരോ വായനക്കാരും അതിശയിക്കുന്നു. ഏറനാടൻ ഭാഷയും ജീവിത പരിസരങ്ങളും വശമില്ലാത്ത വായനക്കാർ ഓരോ കഥയും ഒന്നി ലധികം തവണ വായിക്കേണ്ടി വരും. ഓരോ വായനയും ഓരോ അനുഭ

വങ്ങളിലേക്ക് അവരെ കൂട്ടിക്കൊണ്ടുപോകും എന്ന കാര്യം ഉറപ്പാണ്. ഒരേ ശൈലിയുടെ ആവർത്തനം ഭാവതലത്തിലും ആസ്വാദനത്തിലും അലോസരമുണ്ടാക്കുന്നുണ്ട് എങ്കിലും നിഷ്കളങ്ക കഥാപാത്രങ്ങളുടെ വാക്കും പറച്ചിലും വായനക്കാരനെ അവരോടൊപ്പം നടക്കാൻ പ്രേരിപ്പിക്കും. ഓരോ മനുഷ്യരും നമ്മുടെ സ്വന്തമെന്ന് തോന്നും. ഓരോ വരിയിലും നമ്മുടെ പാടവും പറമ്പും തെളിഞ്ഞുവരും. ഓരോ കഥയിലും നമ്മുടെ നാടും നാട്ടുകാരും കലപില കൂട്ടും. അവരുടെ ആത്മഭാഷണങ്ങൾ നമ്മുടെ ഹൃദയത്തോട് സംവദിക്കും. അതങ്ങനെ കേട്ടുകേട്ടിരിക്കാൻ തോന്നിപ്പോകും.